நினைவுத் தீவுகள்

கன்யூட்ராஜ்

நியூ செஞ்சுரி புக் ஹவுஸ் (பி) லிட்.,
41-பி, சிட்கோ இண்டஸ்டிரியல் எஸ்டேட்,
அம்பத்தூர், சென்னை- 600 050.
☎: 044 - 26251968, 26258410, 48601884

Language: Tamil
Ninaivuth Theevugal
Author: **Conuteraj**
First Edition: January, 2024
Copyright: Author
No. of pages: 128
Publisher:
New Century Book House Pvt. Ltd.,
41-B, SIDCO Industrial Estate,
Ambattur, Chennai - 600 050.
Tamilnadu State, India.
Email: info@ncbh.in
Online: www.ncbhpublisher.in

ISBN: 978 - 81 - 2344 - 585 - 4
Code No. A 4965

₹ 160/-

Branches
Ambattur 044 - 26359906 **Spenzer Plaza (Chennai)** 044-28490027
Trichy 0431-2700885 **Pudukkottai** 04322- 227773 **Thanjavur** 04362-231371
Tirunelveli 0462-4210990, 2323990 **Madurai** 0452 2344106, 4374106
Dindigul 0451-2432172 **Coimbatore** 0422-2380554 **Erode** 0424-2256667
Salem 0427-2450817 **Hosur** 04344-245726 **Krishnagiri** 04343-234387
Ooty 0423 2441743 **Vellore** 0416-2234495 **Villupuram** 04146-227800
Pondicherry 0413-2280101 **Nagercoil** 04652-234990

நினைவுத் தீவுகள்
ஆசிரியர்: **கன்யூட்ராஜ்**
முதல் பதிப்பு: ஜனவரி, 2024

அச்சிட்டோர்: *பாவை பிரிண்டர்ஸ் (பி) லிமிடெட்.,*
16 (142), ஜானி ஜான் கான் சாலை, இராயப்பேட்டை, சென்னை - 14
☎: 044 - 28482441

All rights reserved. No part of this book may be reprinted or reproduced or utilised in any form or by any electronic, mechanical, or other means, now known or hereafter invented, including photocopying and recording, or in any information storage or retrieval system, without permission in writing from the publishers.

3

பொருளடக்கம்

	முன்னுரை	5
1.	அரசியல்வாதிகள்	9
2.	ஆசைகள்	12
3.	இலவசம்	15
4.	ஈர்ப்பு	18
5.	உறவுகள்	22
6.	ஊர்	26
7.	எழுத்து	30
8.	ஏதிலார்	33
9.	ஐயம்	37
10.	ஒருத்தி	40
11.	ஓட்டம்	44
12.	அஃறிணை	47
13.	கவிதை	51
14.	இங்ஙனம்	54
15.	சர்வோதயம்	58
16.	ஞானி	62
17.	துணை	66
18.	நாடு	69
19.	யுகம்	73
20.	மனிதன்	77
21.	மரம்	81
22.	மகிழ்ச்சி	85
23.	சவால்	89
24.	இளமை	93
25.	வரப்பு	97

26.	பயம்	101
27.	பார்வை	105
28.	பைய	109
29.	தொப்பை	113
30.	வேற்றுமைகள்	117
31.	ஆன்மீகம்	121
32.	உண்மை	125

முன்னுரை

முன்னுரை என்பது பெரும்பாலும் கடைசியாக எழுதப்படுவதுதான்.

தான் என்ன எழுதியிருக்கிறேன் என்று தனக்குத்தானே நிஜப்படுத்திக் கொள்வதற்காக ஆசிரியன் எழுதும் சிற்றுரையது.

அதிக நேரம், அளவில்லாமல் உறங்கும் பிள்ளையைத் தாய், சற்றுக் கிள்ளிப் பார்ப்பாள். அது கையைக் காலை அசைத்தவுடன் திருப்தி யடைந்து மீண்டும் தன் வேலையைத் தொடர்வாள்.

அதுபோல, தான் எழுதியவற்றை, சிறிது அசைத்துப் பார்க்கும் முயற்சியே பொதுவாக முன்னுரை.

இந்த நூலுக்கு முன்னுரை அவசியந்தானா என்றுகூட எனக்குத் தோன்றியது.

திட்டமிட்டு, பெருங்கருத்துக்களை, வாசிப்பவர்கள் மனத்தில் விதைத்து விட வேண்டும் என்று பெரும் உந்துதல் எதுவும் எனக்கு இதை எழுதுவதில் இல்லை.

ஆனால் இதை எழுதும்போது, உற்சாகத்துடன் எழுதினேன். என்னை மறந்து எழுதினேன். பேனாவில் சுரக்கும் மை போல, தடங்கலில்லாமல் எழுதினேன். ஒருவித ஈர்ப்புடன் எழுதினேன். பேனாவை எடுத்தால், நிறுத்தாமல், ஒரு தலைப்பை எழுதி முடித்து விடுவேன். ஓடிவரும் பிள்ளையை வாஞ்சையுடன் கொஞ்சிய அனுபவம், திருப்தி என்னுள் எழுதி முடிக்கும்போது வரும்.

இப்படி பல தலைப்பில் எழுத வேண்டும் என்று எனக்கு கருத்துத் தோன்றியதில்லை.

பணியிலிருந்து ஓய்வு பெற்ற பின்தான் நான் முழு நேரமாக எழுத ஆரம்பித்தேன். ஓய்வாக உட்கார்ந்திருப்பதனால், ஏதாவது வேலை செய்தால், எழுதி நேரத்தைப் போக்கினால், தனக்கு தொல்லை விட்டது என்று என் மனைவி நினைத்திருக்க வேண்டும். எனவே நான் எழுதுவதற்கு இடைஞ்சல் எதுவும் அவள் செய்வதில்லை. அவள் அனுதாபத்தோடு பார்ப்பாள். என்னையல்ல, இந்த எழுத்துக்களை வாசிக்கப் போகும் தமிழர்களைத்தான் என்று நினைக்கின்றேன்.

தமிழகத்தின் பிரபல்யமான எழுத்தாளர்கள், நான்கு பக்கத்தில் சிறிதாக, ஆனால் கவர்ச்சிகரமாக, தங்கள் அனுபவங்களை எழுதுகின்றார்கள். சுருக்கமாக இருப்பதால் வாசிப்பதற்கு நன்றாக இருக்கின்றது. எனவே அதுபோல நீங்களும் எழுதலாம் என்று ஒருநாள் சொன்னாள்.

அவளுக்காக, அவளறியாமல் நான் எழுதினேன். பெரும்பாலும் அதிகாலையில் எழுதியவை இவை. இந்தப் புத்தகத்தின் மூல ஆசிரியர் அவள்தான் என்று சொல்ல வேண்டும்.

நன்றாக வாசிக்கும் பழக்கம் உள்ள அவள், கண்டிப்பாக என் புத்தகத்தை வாசிப்பதில்லை. இதை வாசிக்கின்றாளோ, இல்லையோ தெரியவில்லை.

ஆனாலும் நீங்கள் வாசிக்க வேண்டும்!

எங்களூரிலிருந்து கடற்கரை நான்கு கிலோ மீட்டர் தூரத்திலிருக்கிறது. எங்களூர் குன்றின் மீது நின்று பார்த்தால், குமரிக்கடல் நீலச் சேலையை விரித்து காற்றில் அசைவது போலத் தெரியும். சில இரவின் அமைதியில் கடலின் இரைச்சல் எங்களூரில் கேட்கும். கடற்கரைக்கு அடிக்கடி செல்வது வழக்கம். சிறு பிள்ளையில், எங்கள் பகுதி கடற்கரையில் சிகப்பு, கறுப்பு, வெண்மை என பல வண்ணங்களாகக் கிடைக்கும் மணலைத் அள்ளித் துணியில் சேர்த்துக் கட்டுவேன். விதவிதமான கடல் பாசிகள் கரை ஒதுங்கிக் கிடக்கும். அவைகளின் வழவழப்பும், கண்ணாடி போன்ற தன்மையும், அழகும் நம்மைக் கவரும். அவற்றில் அழகானதை எடுத்துச் சேர்த்து வைப்பேன். கடல் அலைகள் உள்வாங்கும். ஓடிச் சென்று இரு கை நிறைய கிளிஞ்சல்களை அள்ளி வந்து கரையில் கொட்டுவேன். நல்ல சிப்பிகள், சோளிகள் இருந்தால் அவற்றைச் சேர்த்து, பாக்கெட்டில் போட்டுக் கொண்டு, வீட்டிற்குக் கிளம்புவேன். இது சிறு வயது அனுபவம்.

வீட்டிற்கு வந்து கட்டித் தாளையெடுத்து கலர் கலராக வண்ண மணலை கோந்து தடவி ஒட்டி வைப்பேன். கடல் தண்ணீரில் வளரும் பாசியை நல்ல தண்ணீர் இருக்கும் மீன் தொட்டியில் வைப்பேன். கிளிஞ்சல்களை, சோளிகளை எடுத்து அழகு பார்ப்பேன்.

இங்கு எழுதியிருப்பவைகளும், இந்த மனிதனின் நினைவுக் கடலோரத்து வண்ண மணல்கள், கிளிஞ்சல்கள், சிப்பிகள், பாசிகள். இவற்றை எடுத்து நீங்களும் இரசிக்கலாம். சிலவற்றைப் பத்திரப்படுத்தக் கூடச் செய்யலாம்.

வாசிக்கும்போது உங்களை ஈர்த்து உங்களை குழந்தையாக்கி, இந்த எழுத்தோடு விளையாடுவதற்கு, கருத்துக்களைப் பொறுக்குவதற்கு உங்களைத் தூண்டுமானால், என்னைப் போல, நீங்களும் மகிழ்கிறீர்கள் என்று அர்த்தம்.

எழுத்துக்கள் மகிழ்ச்சி தருகிறது என்றால், அதைவிட அதற்கு வேறு என்ன பெருமையிருக்க முடியும்!

எழுத முதல் அடி எடுத்துக் கொடுத்த என் மனைவிக்கும் வாசித்து இன்னும் என்னைத் தூண்டப் போகின்ற உங்களுக்கும் நன்றி.

வாசிப்பால் நாம் நட்பாயிருக்கிறோம். நட்பு அடிக்கரும்பாய் இனிக்க வேண்டும். அதற்கு கருத்தும், அனுபவச் செறிவும், நன்றின் சிதறல்களும் துணைசெய்யும் என்று நம்புகின்றேன்.

வாசிக்கும் தலைவாயிலில் நிற்கும் உங்களுக்கு நன்றி.

அன்புடன்,
கன்யூட்ராஜ்

சென்சஸ் என்கிளேவ்,
VIII, G.B.
நெ: 1, இராமகிருஷ்ணா தெரு,
தி.நகர், சென்னை 600 017.

1. அரசியல்வாதிகள்

மக்களுக்கு அரசியல்வாதிகள் தேவைப்படுகிறார்களோ இல்லையோ, கண்டிப்பாக அரசியல்வாதிகளுக்கு மக்கள் தேவைப்படுகிறார்கள். குதிரைப் படைக்கு குதிரைகள் போல, ஓட்டுபவனுக்கு படகு போல!

அரசியல்வாதிகள் இல்லாமல் மக்கள் வாழ்ந்து விட முடியுமா என்ன? அந்த ஆதர்ச நிலையை அரசியல்வாதிகள் அனுமதிப்பார்களா என்ன?

காற்றின் அழுத்தம் குறைந்தால் எங்கிருந்தோ காற்று, வேகத்துடன் புயலாய் வருவது போல, வெற்றிடத்தை நிறைப்பதற்கு நிறைய அறிவியல்வாதிகள் துடித்துக் கொண்டுதான் இருக்கிறார்கள்.

எல்லாம் தருகின்றோம் என்று நம்பிக்கையளிப்பவர்கள், வானவில்லிற்கு அப்பாலிருக்கும் தங்கக் குடத்தைக் கொண்டு வர முடியாது என்றாலும், முடியாது என்று சொல்லத் தெரியாதவர்கள். முடியும் என்பதற்கு முன்னுரை வாசிப்பவர்கள்.

புனிதனாக நுழைந்து பாவியாகிய சோகக் கதைதான் ஒவ்வொரு அரசியல்வாதியின் சரித்திரம். அதை அவர்கள் தோல்வியாகவோ இழப்பாகவோ கருதுவதில்லை. எதையும் நம்பும் மக்களின் ஜெயகோஷத்தில் தான் யார் என்ற ஆதிதாளம் தப்பி விடுகிறது அவர்களுக்கு.

நிலக்கரிச் சுரங்கத்தில் நுழைந்தாலும், வெள்ளைச் சட்டையில் அழுக்குப்படாமல் வெளிவந்து முடியும் என்ற ஆர்வத்துடன் உள்ளே நுழைகிறார்கள். இப்போதும் சட்டை வேட்டி, துண்டு, செருப்பு எல்லாம் வெள்ளைதான். மனம் மட்டும் நிலக்கரிச் சுரங்கத்தின் இருள்.

கிரேக்கர்கள் ஜனநாயகத்திற்கு Democracy என்று ஏன் பெயரிட்டார் களோ தெரியவில்லை. ஆனால் எதிர்காலத்தில் இப்படி நடக்கும் என்று தெரிந்தே இவ்வாறு பெயரிட்டிருக்கிறார்கள் போலிருக்கிறது. Demon (சாத்தானின்) Craziness (கூத்து) தான் Democracy பொருத்தமான பெயர்.

முன்பெல்லாம் மக்கள், "கடவுளே எங்கள் எதிரிகளிடமிருந்து எங்களைக் காப்பாற்று' என்று பிரார்த்தனை செய்வார்கள். இன்று

மக்கள் எங்கள் அரசியல்வாதிகளிடமிருந்து இறைவனே எங்களையும் நாட்டையும் காப்பாற்று என்கின்றார்கள்.

ஜனநாயக வயலில் முளைத்த களைகள் அரசியல்வாதிகள் என்பார்கள். இன்று பயிரை விட களைகள் அதிகமாகவும், உயரமாகவும், செழிப்பாகவும் வளர்ந்துவிட்டிருக்கிறதே!

ஒரு அயோக்கியனைச் சந்திப்பதற்கு சர்வாதிகாரம் என்று பெயர். ஒவ்வொரு அயோக்கியனையும் சந்திப்பதற்கு ஜனநாயகம் என்று பெயர் என்றார் கண்ணதாசன். சரிதானோ?

ஒவ்வொரு வேலையில்லா இளைஞனும், ஒவ்வொரு சினிமாக்காரனும், அரசியல் கனவு காண ஆரம்பித்து விடுகின்றானே! நாலு வார்த்தை பேச ஆரம்பித்துவிட்டால், கொல்லுப்பட்டறை ஆரம்பிப்பது போல ஒவ்வொருத்தரும் கட்சி ஆரம்பித்து விடுகிறார்கள்.

ஒன்றுமில்லாதவன், ஓகோவென்று ஆடம்பரக் காரில் வந்துவிட்டு, ஊழலை ஒழித்து விடுவேன் என்று சொல்கின்றானே! எந்த ஊரில் ஊழலை இவன் ஒழிக்கப் போகிறான்? தான் போகவிருக்கின்ற நரகத்தின் ஊழலையா?

தமிழகத்தில், தோராயக் கணக்குப்படி குறைந்தது நமக்குத் தெரிந்து பத்து வருங்கால முதல்வர்கள் இருக்கிறார்கள். அப்படியென்றால், எத்தனை ஆயிரம் பேர் அமைச்சர் கனவு கண்டு கொண்டிருப்பார்கள்? சட்டசபை உறுப்பினர்களாக எத்தனை லட்சம் பேரோ? இவ்வளவு பெரிய அரசியல் இயந்திரத்திற்கு தீனி போட முடியுமா மக்களால்?

கோவாவிற்குச் சென்றால், நீங்கள் மது அருந்துவீர்களோ இல்லையோ, பென்னி எனப்படும் உள்ளூர் சாராயம் பற்றி பேச்சு வராமல் இருக்காது. முந்திரி பருப்பிலிருந்து அல்ல. நாம் தூர எறியும் முந்திரிப் பழத்தை இரண்டு முறை ஆவியில் வடித்து பென்னி தயார் செய்யப்படுகிறது. இது பெரிய தொழிற்சாலைகளில் வடிக்கப்படுவதில்லை. ஒவ்வாரு வீட்டிலும் குடிசைத் தொழிலாக செய்யப்படுகிறது. உவர்க்கின்ற முந்திரிப் பழத்திலிருந்து கிடைக்கும் பென்னி நல்ல மருந்துங்கூட. உடம்பைப் பேணுகிறதாம். எனவேதான் கோவாவில் அவ்வளவாக மருந்துக் கடைகள் இல்லையாம்.

பென்னி போல, நம் அரசியல்வாதிகள் உருவாக்கும் நோயை குணமாக்கும் ஒரு மருந்து இருந்தால் தமிழகத்தின் ஊழல் அரசியல் தொழிற்சாலைகள், மருந்துக்கடை போல குறைந்துவிடுமே. ஆனந்தக் கனவுதான்!

எங்கும் நல்லவர்களும், கெட்டவர்களும் விரவித்தான் இருக்கின்றார்கள். அரசியல் அரங்கில் நல்லவர்களின் எண்ணிக்கை குறைந்தாலும், அவர்கள்தான் நம்பிக்கையளிப்பவர்களாக இருக்கிறார்கள்.

நம் குழந்தை அரசியல்வாதியாக ஆக நாம் விருப்பப்படுவதில்லை. ஆனாலும், "அந்த அபூர்வமான நல்ல மனிதர்களாக வாழு" என்று நம் பிள்ளைகளுக்கு உதாரணம் சொல்லுகிறார் போல அவர்கள் இருக்கின்றார்கள்.

இளைஞனாயிருந்தபோது, கன்னியாகுமரி மாவட்டத்திலிருக்கும் எங்கள் ஊரான அழகப்பபுரத்திற்கு, காமராஜர் வந்திருந்தார். ஊரெல்லாம் ஒரே விழாக்கோலம். தோரணம், விளக்குப் போட்டு, நான்கு இரத வீதி வழியாக அவரை அழைத்து வந்தார்கள். இவ்வளவிற்கும் அவர் எந்தப் பதவியையும் வகிக்கவில்லை. கோயில் முன்னாலிருக்கும் எங்கள் வீட்டு முன்னேதான் கூட்ட மேடை.

காமராஜர் கடுங்கோபத்திலிருந்தார். "எதற்கு இவ்வளவு பணச்செலவு. ஆடம்பரம். இது தேவைதானான்னேன்" என்று அருகிலிருந்தவர்களிடம் பொரிந்து தள்ளிக் கொண்டிருந்தார்.

கூட்டம் நடந்து கொண்டிருக்கும்போது, தண்ணீர் வேண்டும் என்று கேட்டார். எங்கள் வீட்டிலிருந்து தண்ணீர் கொதிக்க வைத்து ஒரு சாதாரண செம்பில் கொடுத்தோம். அவ்வளவு பெரிய தலைவர், செம்பை எடுத்துக் குடித்துவிட்டு வைத்தார்.

எளிமையும், நேர்மையும் சேரும்போது அரசியல்வாதி தேவனாகிறான். மக்களின் இதயங்களில் வசிக்கிறான். தலைமுறைக்கும் நிற்கிறான்.

மக்கள் இவர்களுக்காக பொறுமையுடனும் நம்பிக்கையுடனும் காத்திருக்கின்றார்கள்.

2. ஆசைகள்

எல்லாவிதமான மனிதர்களும் உலகில் பிறந்துவிட்டார்கள், ஒன்றைத் தவிர.

ஆசையேயில்லாத மனிதன்தான் இன்னும் உலகில் பிறக்கவில்லை.

கையைக் காலை அசைக்கத் தெரிந்த உடனே குழந்தை ஆசைப் படவும் கற்றுக் கொள்கிறது.

'ஆசை வடிவானவனே மனிதன். ஆசை எவ்வளவு இருக்கிறதோ, அவ்வளவு அளவில் மனிதன் இருக்கிறான். பெரிய ஆசை கொண்டவன் பெரிய மனிதனாக இருக்கிறான். சிறிய ஆசை கொண்டவன் சிறியவனாகவேயிருக்கிறான்.

ஒரு கால் சேற்றில் புதைந்திருந்தாலும் இன்னொரு கையால், வானத்தில் பூத்திருக்கும் நட்சத்திரப் பூவைத் தொடத் துடிப்பது மனிதனே.

சின்ன வயதில்தான் எத்தனை ஆசைகள்! அம்மாவைக் கட்டிப் பிடித்துக் கொண்டிருக்க ஆசை. விதவிதமான பலூனின் மீது ஆசை. குட்டி பூனை தெருவில் நடந்தால் அதன் வாலை முறுக்க ஆசை. சிவப்பு சவ்வு மிட்டாய் விற்றால், அதை வாங்கி சாப்பிட ஆசை. அம்மா தரும் மருந்தை அவளுக்குத் தெரியாமல் துப்பிவிட ஆசை.

பெரியவர் ஒருவர் தன் பேத்தியை கையில் தூக்கிக் கொண்டு விளையாட்டு மைதானத்திற்கு கூட்டிக் கொண்டு வந்தார். குழந்தையை நன்கு சிங்காரித்து, நல்ல செருப்பு போட்டுக் கொண்டு வந்திருந்தார். குழந்தைக்கு ஒரே உற்சாகம். தரையில் விட்டதும், ஒரே ஓட்டமாக சிரித்துக் கொண்டு, கையை ஆட்டிக்கொண்டு ஓடியது. காலில் போட்டிருந்த செருப்பைக் கழற்றி எறிந்தது. சப்பென்று மணலில் உட்கார்ந்து மணலை அணைத்தது. முகத்தில் அவ்வளவு சந்தோசம். தாத்தா அங்கிருந்து ஓடிவந்து, குழந்தையைத் தூக்கி கையிலிருந்த மணலைத் தட்டி, 'அழுக்கில் விளையாடக்கூடாது' என்றார். குழந்தையோ, அடம்பிடித்தது. அதைத் தூக்கிக் கொண்டு வெளியே நடந்தார்.

மணலில் விளையாடத் துடிப்பது, குழந்தையின் இயற்கை. மண்ணிலிருந்து வந்தது, மண்ணைக் கொஞ்சுவதில் தப்பில்லைதான்.

மண் உடலில் படுவதே அழுக்கு என்பது தாத்தாவின் எண்ணம். குழந்தையின் ஆசை கருகியது.

முதலில் தோன்றுவது ஆசை. ஆசையே நம் திக்கை தீர்மானிக்கின்றது. அதற்கு வேகத்தை அளிக்கிறது. செல்வதற்கான அர்த்தத்தை அளிக்கிறது. அடைந்தோமா என்ற அளவீட்டையும் தருகிறது.

ஆசை முடியாததாயிருக்கலாம். ஆயினும் நம் தலையை உயர்த்திப் பார்ப்பதற்கான வாய்ப்பு. இன்னும் செல் என்று நம்மையே சொடுக்குப் போட்டு முன்தள்ளும் தூண்டுகோல்.

'ஆசைகள் அற்ற நிலை நிர்வாணம். அதை அடைவது தீர்மானம்' என்பது ஆன்மீகம்.

சாதாரண மனிதர்களுக்கு ஆசையற்றுப் போனால், வாழ்வே மரத்துப் போகிறது.

அடுத்த மாதம் விடுமுறை வருகிறது. தாத்தா பாட்டி வீட்டிற்குப் போக வேண்டும். அத்தை மாமா, பிள்ளைகளுடன் விளையாட வேண்டும் என்ற சிறுவர்கள் கனவு காணுகின்றார்கள். தினமும் நண்பர்களிடம் அதைப் பற்றி பேச்சுத்தான். மாமரத்திலேறி, மாங்காய் பறிக்கணும். ஊஞ்சலாட வேண்டும். சட்டிப்பானை செய்து விளையாட வேண்டும். ஒரு மாதமும், அந்த ஆசையின் விரிவுக் கனவுகள். எவ்வளவு சுகமாக இருக்கிறது!

ஆசைகளை அடைந்துவிட்டதை விட அதைப் பற்றிய கற்பனை இனிமையாக இருக்கின்றது. அதை நினைத்தே மூச்சு விடுவது நாம் இன்னும் மனிதர்கள்தான் என்பதைக் காட்டிக் கொண்டிருக்கின்றது.

ஆசையே நமக்கு போகுமிடத்தை முன்னாலே காட்டுகின்றது. எதுவும் தர முடியாத உற்சாகத்தை தருகிறது. எங்கிருந்தோ புதுச் சக்தியை உடலில் பாய்ச்சுகிறது.

ஆன்மீகவாதிகள், ஆசை நிற்குமிடந்தான் ஆனந்தம் பிறக்குமிடம் என்று சொல்கின்றார்கள்.

ஆசையில்லாவிட்டால், சாமான்யர்களான நமக்கு, வாழ்வே, நீரில்லாத ஆறு போலாகிவிடுகிறது.

ஆசைக்காக நம் ஆன்மாவை விற்க வேண்டாம்.

நமக்கு வாழ்வைத் தர முடிகிறது என்றால் அந்த ஆசை, மறைந் திருக்கும் வேர் போன்றது. வேரில்லாமல் மரமில்லை. ஆசையில்லாமல் நாமில்லை.

உடல் சார்ந்த ஆசை, உணர்வு ரீதியான ஆசை, உள்ளங் குறித்த ஆசையென்று ஆசைகளை வகைப்படுத்தலாம்.

சுவைகள் ஐந்தின் வழிநின்று தேடும் ஆசைகள் சுயநலமிக்கவை. இவை வேண்டாம் என்று புறக்கணிக்கக் கூடாது. ஆனால் அளவு தேவை. சரியான அளவே மருந்து போல, தேவையான அளவே ஆசையின் எல்லை.

அன்பு, கனிவு, நேர்மை, உண்மை போன்ற ஆசைகள் உறவையும் சமூகத்தையும் வளர்க்கின்றன. வாழ்வை மேடு பள்ளமில்லா, ராஜபாதையில் நகர விடுகின்றன.

இந்தச் சாதனையை நிகழ்த்த வேண்டும் என்று நோக்கமாய் நாம் குறித்த ஆசையிருக்கிறதல்லவா, அதுவே நம்மை உயர்ந்த மனிதனாக உயர்த்தும் துடிப்பு. இந்த ஆசையை திரை போட்டு வளர்க்க வேண்டாம். ஆசையின் எல்லை முடியாததை முடியும் என்று ஆக்குவதென்றால், ஆசைக்கு தடையேது?

தனக்கும் பிறர்க்கும் மகிழ்வைத் தரும் ஆசைகள் வளரட்டும்.

ஆசைகளே வேண்டாம் என்று வாழ்வைப் புறக்கணிக்க வேண்டாம்.

திருவாரூரின் தேர் அழகு. தேர் என்றால் அந்தத் தேர்தான். இந்தத் தேரை இழுத்து வர பக்தர்கள் கூட்டம். ஆண்டவன் கூட மக்களின் கூட்டத்தில், அவர்களின் பக்தியில் மயங்குபவராயிற்றே. தேரோட்டத்தில் மகிழ்ந்து போய்விட்டார். நகர்ந்து கொண்டிருந்த தேர் திடீரென்று நின்றுவிட்டதாம். நகர மாட்டேன் என்கிறது. என்ன காரணம் என்று பின்னால்தான் தெரிந்தது. பிரபல தாசியின் வீட்டு வாசலிலே தேர் நிற்கிறது.

ஆசைகள் வாழ்க.

3. இலவசம்

விடுமுறை நாட்கள் வந்துவிட்டதென்றால் தங்கைகளுடன் பாட்டி வீட்டிற்குச் சென்று விடுவோம். எங்களுடைய பாட்டியை, நல்லம்மா என்று சொல்லுவோம். உண்மையிலேயே அவர்கள் நல்லம்மாதான். அவ்வளவு நல்லவர்களாகத்தான் இருந்தார்கள். அவர்களுக்கு நாங்கள் அலுப்பதில்லை. எங்களுக்கும் அவர்களை அலுப்பதில்லை.

அதிகாலையில் தோட்டத்திற்குப் போய், கீரையைப் பறித்துக் கொண்டு கடவம் என்கின்ற பனை ஓலைப் பெட்டியில் வைத்துக் கொண்டு “நட்சத்திரம் (நல்லம்மாவின் பெயர்) அரைக்கீரையிருக்கு” என்று பதில் சொல்லுவதற்கு முன்னே வீட்டுத் திண்ணையில் இறக்கி வைத்து விடுவாள். நல்லம்மா கையிலெடுத்த ஈர்க்குப் பெட்டியை வாங்கிக் கொண்டு, கீரைக்காரியிடம் போவோம்.

அப்போதுதான் தோட்டத்தில் பறித்ததால், கீரையில், பனி விழுந்து ஈரமாக இருக்கும். பச்சைப் பசுமை தூக்கலாக இருக்கும். தண்டில் நீரோட்டம் விம்மி நிற்கும். கீரையைத் தொட்டாலே உயிரின் துடிப்பை உணர முடியும்.

அளந்து போடுவதற்கு தராசை அவர்கள் பயன்படுத்துவதில்லை. ஒரு தடிக்கொம்பு. அதில் சில கோடுகள் போட்டிருக்கும். ஒரு கயிற்றைக் கட்டித் தூக்கியிருப்பார்கள். அதை அந்தக் கோடுகளின் அளவிற்கு தள்ளி, எவ்வளவு எடை என்று பார்ப்பார்கள். அந்தக் கம்பின் ஒரு முனையில் மட்டும் ஒரே ஒரு தட்டுத்தானிருக்கும். அதில் வைத்து அளந்து போடுவாள். அவ்வாறு அளப்பது, இன்றைய கிலோ கணக்குக் காலத்தில் முற்றிலும் மறைந்து போய்விட்டது எனலாம்.

நான் வைத்திருக்கும் பெட்டியில் கீரையை அள்ளிப் போடுவார்கள். தட்டிலிருந்து அவ்வளவு கீரையையும் எடுத்துப் போட்டு விட்டாலும், நான் பெட்டியை நீட்டிக் கொண்டு நிற்பேன். அதிகமாக இன்னும் கொஞ்சம் கீரையை எடுத்துப் போடுவார்கள். நல்லம்மாதான், ‘பிள்ளை நீட்டிக்கிட்டு நிக்குதில்லே, இன்னுங் கொஞ்சம் போடு’ என்பார்கள். அவர்களும் சிரித்துக் கொண்டே போடுவார்கள்.

நல்லம்மா கொடுத்த பழைய சோறின் நீரையும், தொட்டுக்க கொடுத்த கருப்பட்டித் துண்டையும் தின்றுவிட்டு அந்த அம்மா போவார்கள்.

நான் கையை நீட்டிக் கொண்டு நின்றது இன்னும் நினைவுக்கு வருகிறது. அது, இன்னுங் கொஞ்சம் இலவசம் எனும் நாகரீகப் பிச்சையென்று அப்போது தெரியவில்லை.

இன்று சென்னையில் காய்கறி கடைகளுக்குப் போனாலும் அந்தப் பழக்கம் மாறவில்லை. காய்கறி வாங்கிக் கொண்டு, கொசுறாய்த் தருகின்ற இலவச கருவேப்பிலை இணுக்கிற்கும், கொத்தமல்லி தழை சிலதுக்கும் பையைத் தூக்கிப் பிடித்துக் கொண்டு நிற்கின்றேன்.

இலவசமாய் கொடுப்பதை எங்கள் பகுதியில் “போடு கருப்பட்டி” என்பவர்கள். அதாவது கருப்புக் கட்டியை நிறுத்துக் கொடுப்பார்கள். வாங்குபவர்களுக்குத் திருப்தி வர வேண்டும் என்பதற்காக, அதற்கென்று வைத்திருக்கின்ற கருப்பட்டியை உடைத்து, ஒரு துண்டை, இலவசமாகப் போடுவார்கள். அதற்குத்தான் போடு கருப்பட்டி என்று பெயர்.

நல்ல தரமான கருப்பட்டியைக் குறைந்த விலைக்கு வாங்கியிருக் கிறோம் என்ற திருப்தியை விட, போடு கருப்பட்டியில் இலவசமாக பெரிய துண்டு கிடைத்துவிட்டால் அப்படி மகிழ்ந்து போவார்கள்.

இலவசமாய்த் தருவதை வாங்கி அகமும் முகமும் மகிழ்ந்து போகாத மனிதர்கள் இருக்கிறார்களா என்ன?

இலவசம் தொடர்ந்து பழக்கமானால் அது ‘மாமூல்’ என்ற பெயர் பெற்று விடுகின்றது. தண்டக்கடனே என்று, கொடுப்பவருக்கும் மகிழ்வு இல்லாமல் வாங்குபவருக்கும் மகிழ்வு இல்லாமல், மாமூல் பரிவர்த்தனை செய்யப்படுகிறது.

இரயில்வேயில் பணிபுரிந்த என் மைத்துனர் ஒரு நிகழ்ச்சியைச் சொல்வார். தாழையூத்து இரயில் நிலையத்தில், ஒரு சிமெண்ட் ஆலையிருக்கிறது. அவர்கள் சிமெண்டை பெரிய வேகன்களில் ஏற்றி தினமும் அனுப்புவார்கள். ஏற்றிவிட்டு இத்தனை ‘வேகன்கள்’ என்று ‘புக்’ செய்து பணம் கொடுப்பார்கள். உரிய தொகைக்கு மேல், ஒரு வேகனுக்கு இவ்வளவு என்று மாமூல் பணம் அதிகமாக இருக்கும். இந்த மாமூலைக் கணக்காக, அங்கு பணிபுரியும் அனைத்து ஊழியர் களும் குறிப்பிட்ட அளவின்படி பங்கு போட்டுக் கொள்வார்கள்.

இலவசம், இனாம், கொசுறு, போடு கருப்பட்டி என்று மேலே வாங்கி மகிழ்கின்ற பரம்பரையைச் சார்ந்தவர்கள் நாம்.

இவ்வளவுக்கு மேல் தங்கம் வாங்கினால், வெள்ளி நாணயம் இலவசம் என்றால், நகைக்கடையில் கூட்டம் அலைமோதுகிறது. வெள்ளி நாணயத்திற்காகவே தங்கம் வாங்குவது மனச்சாந்தி.

நம் ஊர் கீரைக்காரி செய்ததை பன்னாட்டு நிறுவனங்களும் வரிந்து கட்டிக் கொண்டு செய்கின்றன. ‘எங்கள் சோப் வாங்கினால், ஒரு கரண்டி இலவசம். மறக்காமல் கேட்டு வாங்குங்கள்’ என்று விளம்பரம் செய்கின்றார்கள்.

வாங்குகிற நாமும் மறக்காமல் கரண்டியை கேட்டு வாங்கிவிட்டு, சோப்பு எப்படியிருக்கிறது என்று பார்ப்பதில்லை. ஆனால் கரண்டி ஓரளவுக்கேனும் உறுதியாக வளையாமல் இருக்கிறதா என்பதை பார்த்து வாங்குகிறோம்.

இலவசத்தில், பேரம் செய்து பெற்றுவிட்டதாக மகிழ்ந்து தான் போகின்றோம்.

அரசியல்வாதிகள் என்ன குறைந்த வியாபாரிகளா? இலவச வியாபார தந்திரத்தை வோட்டு வாங்கவும் பயன்படுத்த ஆரம்பித்து விட்டார்கள்.

தன் வீட்டுச் சம்பாத்யத்தை எடுத்து கொடை வள்ளலாய்க் கொடுப்பதைப் போல, சிரித்துக் கொண்டே தலைவன், தலைவி தருவதைப் போல படம் போட்டு இலவசத்தையும், அரசியலில் விற்பனை செய்கின்றார்கள்.

இலவசத்தின் மூலம் நம்மை வாங்குகின்றார்கள். நம் வோட்டைப் பறிக்கின்றார்கள்.

திறமையாய் செயலாற்றுவதில் கோட்டை விட்ட கட்சிகள், தலைவர்கள், இலவச வசீகரத்தின் மூலம் சரிக்கட்டி விடலாம் என்று நினைக்கின்றார்கள்.

ஜனநாயகம் விற்பனைக்கல்ல, ஜனநாயகம் இலவசம் அல்ல.

தன் ஆன்மாவை விற்று செல்வத்தைச் சேர்த்து என்ன பயன்?

வோட்டை விற்று, இலவசம் பெற்று என்ன பயன்?

இலவசத்தின் முன்னே, வாலைக் குழைக்கும் நாயாக மாறாத, நியாயம் விரும்பும் மனிதர்களாக இருக்கும்போது ஜனநாயகம் அர்த்தம் பெறுகிறது.

ஜனநாயகம், கீரைச் சமாச்சாரம் அல்ல.

4. ஈர்ப்பு

ஒரு தொலைக்காட்சியில், காலை நிகழ்ச்சியாக மறைந்த இசையரசி எம்.எஸ். சுப்புலட்சுமி அவர்களின் பிறந்த நாளைக் கொண்டாடும் விதமாக அவரோடு பணிபுரிந்த பல கலைஞர்களின் நினைவுகளை பதிவு செய்து ஒளிபரப்பினார்கள்.

எம்.எஸ். அவர்கள் சிறந்த பாடகி. மற்ற பாடகர் எவரிடமும் இல்லாத தெய்வீக இசை அனுபவத்தை அவர் இசை உண்டாக்கும்.

தனிமையில் உட்கார்ந்திருக்கின்றீர்கள். அமைதியான காடு. அரவம் எதுவுமில்லை. உள்ளுக்குள் மௌனம், அசைவில்லாமல் பொங்குகிறது. எங்கிருந்தோ ஒரு கோயில் மணியின் குரல் கேட்கிறது. நின்று விடுகிறது. ஒரு குயிலின் மெல்லிய அகவல் கேட்கிறது. நின்று விடுகிறது. இவை வெளிப்புற இடையூறுகள் இல்லை. உள்ளிருக்கும் மௌனத்தை இன்னும் ஆழமாக்குகிறது, அனுபவம் சுருதி சேர்கிறது.

இந்தத் தெய்வீக அனுபவத்தைத் தான் எம்.எஸ். அவர்கள் பாடும்போது, இரசிகர்கள் உணருகின்றார்கள். அவர்கள் பாடும்போது மட்டுமல்ல, அவர்களைப் பார்த்தாலே, குழந்தையும் தெய்வீகமும் கலந்த ஒரு நிலையை உணர முடியும். நான் நுங்கம்பாக்கத்தில் பணிபுரிந்தபோது, அவர்களும் நுங்கம்பாக்கத்தில்தான் இருந்தார்கள். எங்கள் வங்கிக் கிளையின் வாடிக்கையாளர். இரண்டு மூன்று முறை அவர்களை அவர்கள் இல்லத்தில் சந்தித்திருக்கிறேன். அதாவது பார்த்திருக்கின்றேன். நம் மனநிலையை உயர்த்திய தரிசனம் அது. அதுதான் எம்.எஸ்.

அந்தத் தொலைக்காட்சி நிகழ்ச்சியை தொடக்கத்தில் பார்க்கவில்லை. அவருடன் பணிபுரிந்த அந்த முதிய கலைஞரின் பெயர் தெரியவில்லை. ஆயினும் அவர் சொன்ன நிகழ்ச்சி நினைவில் இருக்கிறது.

“என் சகோதரி நன்றாகப் பாடுவார். அவர் தன் இசை நிகழ்ச்சியின் போதும், சாதகம் செய்யும் போதும் என்னை வாசிக்கச் சொல்வார். நான் அவரிடம் சொல்வேன். ‘நான் உனக்கெல்லாம் வாசிக்க மாட்டேன். எம்.எஸ். அம்மாவுக்குத்தான் வாசிப்பேன்’ என்பேன். எம்.எஸ். அவர்கள் எங்கோயிருக்கின்றார்கள். எனக்கு அவர்களைத் தெரியாது.

இந்த ஆரம்பக் கலைஞனை அவர்கள் தெரிந்திருக்க வாய்ப்பில்லை. ஒருநாள் எம்.எஸ். அவர்களிடமிருந்தே அழைப்பு. "என் கச்சேரிக்கு வாசிக்க வர முடியுமா?" என்று. சர்க்கரைப் பந்தலில் தேன்மாரி பொழிந்த நிலை. அன்று முதல் அந்த அம்மாவிற்கு வாசித்து வந்திருக் கிறேன்" என்றார்.

எம்.எஸ். அவர்களுக்குத்தான் வாசிப்பேன் என்று, எவரையும் வசீகரம் செய்யும் எம்.எஸ். அவர்களையே அந்தக் கலைஞர் ஈர்த்தார்.

நாம் உலகில் எதை ஈர்க்கிறோமோ, அது அவ்வளவு தீவிரமாக வருகின்றது.

ஈர்ப்புச் சக்தி வலுவானது; தவறாதது. குறித்ததைக் கொண்டு வரும் ஆற்றலுள்ளது.

ஆஸ்திரேலியாவின் பூர்வ குடிமக்கள், பூமராங் என்ற வளைந்த முக்கோண வடிவிலான கருவியை உபயோகித்ததாகச் சொல்வார்கள். அவர்கள் அதைக் கையிலெடுத்து ஒன்றை நோக்கி வீசியெறிந்தால், அந்த இலக்கைத் தாக்குவது மட்டுமல்லாமல் திரும்பவும் அவர்கள் கையில் வந்து சேர்ந்துவிடுமாம்.

நம் நாட்டில் விஷ்ணு கையிலிருக்கும் சக்கரம் சுழன்று சென்று தாக்கி மீண்டும் அவர் கையை அலங்கரிப்பது போல!

நம்மிடமிருந்து உருவாகும் விருப்பங்கள் சக்தியின் அலை வரிசையாய் ஆற்றல் பெறுகின்றன. தனக்கு எந்தப் பொருள் வேண்டுமோ அதற்கான அதோடு ஒத்த அலைவரிசையை பரப்புகின்றன. ஒத்ததை ஈர்க்கிறது. அதை பற்றிக் கொண்டு, அலாவுதீனின் அகல் விளக்கு பூதம் போல, "ஏற்றுக்கொள்ளுங்கள் தலைவரே" என்று தட்டில் வைத்து தருகிறது.

ஈர்ப்புச் சக்தியும், ஈர்ப்பு விதியும் உண்மையின் நிகழ்வு. மரத்திலிருந்து ஆப்பிள் விழ, அதைப் பார்த்து நியூட்டன் கண்டுபிடிக்கும் முன்பிருந்தே, ஆப்பிள் மரத்திலிருந்து கீழே விழுந்து கொண்டுதானிருக் கிறது. புவி ஈர்ப்பு விசையும் இருந்து கொண்டுதானிருக்கிறது.

அறிந்தாலும் அறியாவிட்டாலும் நம்பினாலும் நம்பாவிட்டாலும், ஏற்றுக்கொண்டாலும் ஏற்றுக் கொள்ளாவிட்டாலும் ஈர்ப்பு விதி நம் ஒவ்வொருவரிடமும் இயங்குகிறது.

தேடிப்போன மூலிகை காலில் பட்டது! இந்தப் புத்தகத்தை விரும்பினேன். எதேச்சையாக பழைய புத்தகக் கடைப் பக்கம் நடந்தேன். அது கண்ணில் பட்டது!

இந்த வாரந்தான் ரொம்ப நாளைக்குப் பிறகு உன்னைப் பற்றி நினைத்தேன். உன்னைப் பார்க்க வேண்டும் போல ஆசையாயிருக்கிறது. நீ வந்து நிற்கிறாய் பாரேன்! இவை போன்ற சம்பவங்கள் தற்செயலாக (Coincidence) நடைபெறவில்லை. ஈர்ப்பு விதி செயல்படுகிறது.

வானொலி நிலையத்திலிருந்து பரப்பும் மின்காந்த ஒலி அலை வானுக்குச் செல்லுகிறது. தனக்கென்று ஒரு அலைவரிசையில் அது இயங்குகிறது. வானிலிருக்கும் ஈதர் படலத்தில் பரவி நிற்கிறது. வானொலிப் பெட்டியைத் திருகும்போது, அந்த அலைவரிசை வருகின்றபோது, மீண்டும் பெட்டிக்குள் வந்து சப்த அலையாக நம் காதுகளில் பாய்கிறது.

ஏறக்குறைய இவ்வாறுதான் ஈர்ப்பு அலையும் இயங்குகிறது. வையச் சக்தி எல்லாவிதமான பொக்கிஷங்களையும், சுமந்து கொண்டு நிற்கிறது. ஒவ்வொரு பொருளுக்கும், ஒரு அலைவரிசை உண்டு. நமக்கு வேண்டிய பொருளோ, ஆசையோ, குறிப்பிட்ட அலைவரிசையில் இயங்கி, தன்னோடு ஒத்த அலை வரிசையில் இயங்கும் நம் நோக்கத்தை நம்மிடம் கொண்டு வருகிறது.

எனவே தீவிரமாக மனத்தளவில் விரும்புங்கள். நம்பிக்கையோடு விரும்புங்கள்.

அதை அடைந்துவிட்டதாக மனதில் சித்திரம் உருவாக்கிக் கண்டு களியுங்கள். கற்பனையில் அதை அடைந்துவிட்டதாக, அனுபவியுங்கள்.

அதை அடைந்துவிட்டதால் உருவாகும் உணர்வுகள் மிகவும் ஆற்றல் கொண்டவை. வலுவான உணர்வுகள், மிகவும் வலுவுடன் நம் விருப்பத்தை நம்மிடம் கொண்டு வருகின்றன.

முக்கியமாக அதை அடைந்துவிட்டதாக நன்றி செலுத்துங்கள். 'இது கிடைத்துவிட்டது, நன்றி' என்று வாய்ப்புக் கிடைக்கிற போதெல்லாம் சொல்லுங்கள்.

காலதாமதமாகிறது என்றால், உங்கள் நினைப்பில், உணர்வில் சற்று குறைபாடு இருக்கிறது என்றுதான் அர்த்தம். எனவே இன்னும் தீவிரத்துடன், நம்பிக்கையுடன், நன்றியுடன், உணர்வுடன், அடைந்து விட்டதாய் விரும்புங்கள்.

கூடவே உங்களால் முடிந்த உரிய செயலை சரியாகச் செய்யுங்கள். இதில் போட்டி தேவையில்லை. அவசரம் வேண்டாம். சரியாக குறையில்லாமல் செய்யுங்கள்.

நீங்கள் விரும்பியதை நீங்கள் கண்டிப்பாக ஈர்க்கின்றீர்கள். வையச் சக்தி நீங்கள் ஈர்ப்பதை உங்களுக்குத் தருகின்றது.

இதைத்தான் இஸ்ரேல் நாட்டு, நாசரேத் ஊரில் தச்சன் மகனாக பிறந்து, பாலைவனங்களிலும் மலைகளிலும் அலைந்து திரிந்த ஒருவர் உறுதியாகச் சொல்லுகின்றார்.

"கேளுங்கள் கொடுக்கப்படும்
தேடுங்கள் கண்டு கொள்வீர்கள்."

5. உறவுகள்

என் பாட்டி ஊரும் எங்கள் ஊரும் பக்கத்தில்தான் மூன்று கிலோ மீட்டர் தூரத்தில் இருக்கின்றன. எங்கள் ஊர் கன்னியாகுமரி மாவட்டம். பாட்டி ஊர் திருநெல்வேலி மாவட்டம்.

ஆங்கிலேயர் ஆட்சிக் காலத்தில், எங்கள் ஊர் திருவிதாங்கூர் சமஸ்தானத்தைச் சேர்ந்தது. பாட்டி ஊர் ஆங்கிலேயர் ஆட்சியின் கீழிருந்தது. நாங்கள் நாஞ்சில் நாட்டுப் பகுதியினர். அவர்கள் பாண்டிய நாட்டுப் பகுதியினர். இரு ஊர்களுக்கும் நடுவில், வெள்ளைக்காரர்கள் கட்டிய பேச்சிப்பாறை அணையின் கால்வாய் (ஆறு என்று நாங்கள் சொல்வோம்) ஓடுகிறது.

அதனால், முன்பு இரு ஊர்களுக்கும் இடையில் சாலையில் சுங்கம் வசூலிக்கவும் நாணயத்தை மாற்றவும் டோல்கேட் இருந்தது. மிகப்பெரிய ஆலமரம். நான்கு புறமும் ஆலமர விழுதுகள். யானைக்கால் ஊன்றியதாய் விழுதுகளும் மரமாகி, தாய் மரம் எதுவென்று தெரியாத நிலை. பெரிய அளவில் குடை விரித்து நிற்பது போல இருக்கும். தூரத்திலிருந்து வரும்போதே அங்கு பறவைகளின் கூச்சல் காதுக்கு சுகமாக இருக்கும். அந்த இடத்தை ஆலமூடு என்று சொல்வோம். ஆலமூடு வந்துவிட்டது என்றால் பாட்டி வீட்டிற்கு பாதி வழி வந்துவிட்டோம் என்று அர்த்தம். ஆலமூடைத் தாண்டியதும் பாட்டி வீட்டின் உற்சாகம் பிடித்துவிடும். இந்த ஆலமரத்தின் கீழ்தான் டோல்கேட் இயங்கியதாய் சொல்வார்கள்.

பாட்டியை நல்லம்மா என்போம். தாத்தாவை நல்லையா என்போம். அவர்களுக்கு பேரக்குழந்தைகளாகிய நாங்களும் வேண்டும். எங்களுக்கு கண்டிப்பாக அவர்கள் வேண்டும். எங்களை ஒருபோதும் சுமையாக அவர்கள் பார்த்ததில்லை. வீடு பூராவும் பிள்ளைகள் நிறைந்திருக்கின்ற போது, இரவு நேரத்தில் தம்பி தங்கையர், மச்சான் கொழுந்தியார் என்று வீடு களையாய் இருக்கும். இரவு சாப்பிட்டுவிட்டு வெளியேயோ, வீட்டிற்குள்ளோ பெரியவர்கள் மொத்தமாக உட்கார்ந்து பேசிக் கொண்டிருப்பார்கள். நாங்கள் அவர்களுக்கிடையே புகுந்து விளையாடுவோம். கள்ளன் போலீஸ் விளையாடுவோம். ஒருவர்

கண்ணைப் பொத்திக்க, மற்றவர்கள் ஓடி ஒளிந்து கொள்ள, அவர் தேடிக் கண்டுபிடிக்க வேண்டும். இதற்கு ஐஸ் பால் ரெடி விளையாட்டு என்போம். பின்னர்தான் தெரிந்தது, I shall be ready என்ற ஆங்கில வார்த்தையின் திரிபு அது என்று. நாங்கள் அவர்களுக்கு இடைஞ்சலாக இல்லை.

விழுது விட்டுப் படர்ந்திருந்த டோல்கேட் ஆலமரம் போல, விடுமுறை காலங்களில், ஏதாவது விசேஷங்களில் கூட்டுக் குடும்ப அனுபவத்தை பெற்றிருக்கின்றோம்.

முன்பெல்லாம் மனிதர்கள் குழுக்களாய் இயங்கி வந்தார்கள். அது ஒரு தேவை. தங்களைக் காத்துக் கொள்வதற்கும், கூட்டமாய் வேட்டை யாடுவதற்கும், பயிர்களை விளைவிப்பதற்கும் கூட்டுக் குழுக்கள் என்பது தேவையாயிருந்தன.

ஊர், நகரம், நாடு என்ற வளர்ச்சியால், குழு வாழ்க்கை மெல்ல மறைந்து, கூட்டுக் குடும்ப வாழ்க்கை முறை முக்கியத்துவம் அடைந்தது.

பெற்றோர்கள், அவர்களின் ஆண்வழிக் குடும்பங்கள் என்று பல தலைமுறைகள் கூடி ஒரே வீட்டில், ஒரே உணவை உண்டு ஒரே உறவில் வாழும் அற்புதம். என் பிள்ளை அவன் பிள்ளையென்று பாராமல், பெண்கள் குழந்தைகள் அத்தனை பேருக்கும் உணவூட்டும் பெருந்தன்மை.

இங்கு மொத்தமான வாழ்வுண்டு. தனிப்பட்ட வாழ்க்கை என்பது இரவைத் தவிர பகலில் இருக்க வாய்ப்பில்லை. ஒருவரை ஒருவர் வலைப்பின்னலாய் சார்ந்திருக்கும் அழகுண்டு. இன்பமும் துன்பமும் மொத்த வீட்டில் உணரப்படும். அங்கே மகிழ்வுக் கூச்சலும் உண்டு. சோகக் கதறலும் உண்டு. ஆனாலும், இவை மொத்தமாய் நடைபெறும்.

உறவுகளைப் போற்றுதல் என்பது, மூச்சு விடுவது போன்று இயல்பானதாய் இருந்தது. அங்கே எவரும் அந்நியரில்லை. முதியவர் களும் பாதுகாக்கப்பட்டார்கள். குழந்தைகளும் வளர்க்கப்பட்டார்கள், எல்லோராலும்.

வெகு அண்மைக்காலம் வரை, உலகம் வியக்கும் வண்ணம் கூட்டுக் குடும்பம், வாழ்வின் சிறப்புமிகு சமூக அங்கமாக இயங்கியது. அதன் குடைநிழலில் குடும்பச் சமூகம் ஒவ்வொருவரையும் புறக்கணிக்காமல் பாதுகாத்தது.

நாங்கள் கொஞ்சம் வளர்ந்த காலத்தில் ஆலமூட்டில் 'டோல்கேட்' இல்லை. ஆலமூடு பஸ் நிற்குமிடமாக மாறியது. விழுதுகள் சாலையின்

இருபுறமும் பந்தல் போட்டு நிற்பது போய் அந்தப் பக்கம் ஒரு மரமும், இந்தப் பக்கம் ஒரு மரமுமாய், தனித்தனியே மரங்களாய் நின்றன. வளர்ச்சியின் அறிகுறி!

நல்லம்மா வீட்டிலும், கூட்டுக் குடும்ப வாசங்கள் அற்று, நம் இந்தியக் குடும்பங்களை பிடித்தாட்டும் மாமியார் மருமகள் சண்டை உருவாகியது. பழமையின் அதிகாரப் பிடியை, மகனின் தாயார் என்ற அளவில் நிலைநிறுத்த முயலும் மாமியாரும், புதுப் பொருளாதார வாழ்வின் துணையோடு, தன் கணவனின் மனைவி என்ற அளவில் தன் அதிகாரத்தைக் காட்ட முயலும் இளம் பெண்ணும், அதிகாரத் தலைமை கிடைக்காவிட்டால் அதிகாரப் பகிர்வாவது எதிர்பார்த்தார்கள். நிரந்தரப் பூசலை விட, இது உனது எல்லை, இது எனது எல்லையென்று தெரியாத கோடு போட்டுக் கொண்டு வாழ ஆரம்பித்தார்கள்.

கூட்டுக் குடும்பம் நசிந்தது.

ஒரே வீடுதான். நல்லம்மா நல்லையாவுக்கு ஒரு சமையல். வீட்டின் ஒரு பகுதி. ஒரு வாசல். மாமா மாமிக்கு தனி சமையல். ஆனாலும் இங்கிருப்பவர் அங்கு போகலாம். இன்னும் இடையில் வழி அடைக்கப்படவில்லை.

நாங்கள் அங்கு போனால், அங்கும் சாப்பிட்டுவிடுவோம். ஆனாலும் மாமா, பிள்ளைகள் உட்பட எல்லோரும் நல்லம்மா சாப்பாட்டை மொய்ப்போம்.

இப்போது, ஆலமூடு மாறிவிட்டது. ஆலமூடு என்ற பழைய பெயர்தான் இருக்கிறது. ஆலமரத்தின் விழுதுகளை யாரும் வளர விடுவதில்லை. அது வேர் போட்டால், தன் தோட்டத்தின் பயிர் நிலம் போய்விடும் என்று தோட்டக்காரர் வெட்டி விடுகிறார். சாலை வளருவதற்கு, விழுதுகள் தடை. இப்போது, பெயருக்கு ஒரு ஆலமரம் என்று நின்று கொண்டிருக்கிறது.

ஆலமூடு நினைவாய் கற்பனையாய் பழமையாய் காணாமல் போய்விட்டது.

ஒற்றை மரம் நின்று பழமையின் நினைவுச் சின்னமாய், தன் சோகக் கதையை மறக்க முயன்று கொண்டிருந்தது. இந்தக் காலத்தில் விழுதுகள் வளர்ந்து காக்க முடியாது என்று அதற்குத் தெரிந்துவிட்டது. வேரைக் காப்பாற்றி விடுவோம், விழுதுகள் தேவையில்லையென்று முடிவெடுத்து விட்டதோ என்னவோ! விழுதுகளை இன்றுவரை காணவில்லை.

தனிக்குடித்தனம் என்பது காலத்தின் தேவை. வளர்ச்சியின் அறிகுறி. குடும்ப உரசல்களுக்கு தீர்வு. மாமியார் மருமகள் பூசல்கள் இல்லாத தனிமைத் தீவு.

என்றாலும் மனம் மட்டும், அந்த பழைய விழுதுகள் படர்ந்த ஆலமரத்தை நினைத்தே சுற்றி வருகின்றது. அந்தக் கலகலப்பான நினைவுகளை மனதில் சூடம் ஏற்றுவதாய் வளர்க்கிறது.

ஒற்றை மரமாய் நிற்கும் ஆலமூட்டைக் கடக்கும்போது மனம் ரொம்பத்தான் கனமாகிவிடுகிறது. தனிமையாகி விடுகிறது.

6. ஊர்

உலகத்தில் லட்சக்கணக்கான ஊர்கள் இருக்கின்றன, ஆனால் நமக்கு ஊர் என்றால், நாம் பிறந்த ஊர்தான்.

ஒவ்வொருவருக்கும் அவர்கள் பிறந்த ஊரே முதல் சொர்க்கம்.

வாழ்வின் பாலபாடத்தை அங்கே கற்கின்றார்கள். கற்றதும் பெற்றதும் அந்த ஊரிலிருந்துதான் அதிகம்.

நான் பிறந்த ஊர் அழகப்பபுரம். கன்னியாகுமரி பக்கத்திலுள்ளது. எங்கள் ஊரின் பொத்தையின் (மலைக்குன்று) மேல் நின்று பார்த்தால் கன்னியாகுமரி கடல் தெரியும். அதன் அலை தெரியும். எல்லையில்லா வையத்தோடு, கடல் சங்கமிப்பதாய் தெரியும். ஆரஞ்சு பழத்தை பாதியாக வெட்டிக் கவிழ்த்தது போன்ற உலகின் மையத்தில் நின்று கொண்டு மேலே வானத்தையும், கீழே பூமியையும் எங்கும் எல்லையில்லா பெருவெளியையும் ஒருசேர உணர்ந்தது போலிருக்கும்.

செங்குளம், செட்டி குளம், பள்ள குளம் என்று மூன்று குளங்கள், ஊரின் மூன்று பக்கங்களில் சூழ்ந்து நிற்கும் அழகான ஊர். குளங்களில் நீர் நிறைந்து அலையடித்து ஊரை வாழ்த்திக் கொண்டிருக்கும். அருகில் நடந்து சென்றால், அன்பை தெரிவிப்பதாய், நீர்த்த திவலை முத்தை வாரி வழங்கும். ஊருக்குள் நான்கு பக்கமிருந்தும் நுழைவீர்கள் என்றால் பச்சை அடுக்காய் வயல்கள் இருக்கும். அதை அடுத்து ஊரைக் காக்கும் அரண் போல தென்னை மரங்கள் இருக்கும். ஊர் தெரியாமல் தென்னை வளர்ந்து நிற்கும். தென்னையை நாங்கள் தென்னம் பிள்ளை என்போம்.

அது எங்கள் வீட்டுப் பிள்ளை. ஒவ்வொரு வீட்டிலும், தெருவிலும் தென்னை நிற்கும். மடல் விழுந்தோ, தேங்காய் விழுந்தோ காயப் படுத்தியது கிடையாது.

ஊரின் நடுவே கோயில் இருக்கும். கோயிலைச் சுற்றி வீடுகள்.

நாஞ்சில் நாட்டின், கொஞ்சும் எழில், மிஞ்சும் நஞ்சைப் பகுதி யிலிருக்கும் எங்கள் ஊர், மிக அழகான ஊர். அழகான ஊர் என்பதற்காக

நான் என் ஊரை நேசிக்கவில்லை. நான் பிறந்த ஊர் என்பதற்காகவே நேசிக்கிறேன்.

தாய் எப்படியிருந்தாலும் தாயை நேசிக்கிறோம். பிறந்த ஊர் பஞ்சைப் பகுதியாய் இருந்தாலும், பிறந்த ஊரை எவரும் மறப்பதில்லை.

என் ஊர் வெறும் நிலப்பரப்பு மட்டுமா? அதற்கென்று, நான் மட்டும் அறிந்த தனி உயிர்த் துடிப்பு உண்டு. என்னோடு பேசும், கிராமிய மொழி உண்டு. நான் மட்டும் இசைக்கின்ற சங்கேத இசை உண்டு. என் உணர்வுகளை மீட்டி புல்லரிக்க வைக்கும் தனித்திறமை உண்டு.

என் ஊருக்கென்று தனி வாசனையுண்டு. மழை பெய்தால் ஒரு மணம் வரும். சுற்றி வயல்களில் பொதி (கதிர்) வந்துவிட்டால் அது ஒரு தனி மணம். வாடைக் காலத்தில் சுழன்று அடிக்கும் வாடைக் காற்று ஒரு மணத்தோடு வீசும். கோடையில் சொல்லாமல் வரும் தென்றல், தண்மையோடு, தனி மணத்தோடு மேனியைத் தடவி புளகாங்கிதம் செய்யும். தென்றலின் தீண்டலில் தன்னை மறக்காதவர் எவராவது உண்டோ?

இந்த மண்ணில்தான் முதல் காற்றை சுவாசித்திருக்கிறேன். இந்த மண்ணைத் தான் முதலில் மிரள மிரள நான் பார்த்திருக்கிறேன். சிறு புள்ளி போல பிறந்த என்னை அள்ளியணைத்ததும் இந்த மண்தான். இந்த மண் தந்த சம்பா அரிசியும், ஊறும் நீரும் என் உடலின் ரத்தமும் சதையுமாக மாறியிருக்கின்றன.

அன்னைக்குப் பின் நான் உணர்ந்த அடுத்த மடி என் ஊர் தெருக்கள்தான். நான் தவழ்ந்ததும் இங்கேதான். அள்ளி வாயில் போட்டு மென்றதும் இந்த மண்ணைத்தான்.

இந்த ஊரின் ஒவ்வொரு தெருக்களிலும் என் காலடி பதித்திருக் கிறேன். என் கண்ணடி படாத ஒரு அடி கூட ஊரில் இல்லை.

ஒவ்வொரு ஊருக்கும் ஒரு வரலாறு இருக்கிறது. ஒவ்வொரு ஊருக்கும் ஒரு நினைவு இருக்கின்றது. ஒரு ஈர்ப்பு இருக்கின்றது.

ஊர் என்பது கல் மண் நிறைந்த வெறும் நிலப்பரப்பு இல்லை. அதற்கு உயிர்த்துடிப்பு இருக்கின்றது. உயிர்களை உற்பத்தி செய்யும் பேராற்றல் உண்டு. அது ஒரு திடப் பொருளல்ல. அது ஒரு ஆன்மா. ஜீவாத்மாக்களைத் தன்னைச் சுற்றி நிற்க வைக்கும் பரமாத்மா.

அந்த உயிர்த்துடிப்புகளை நான் உணர்கின்றேன். ஒவ்வொரு முறை ஊருக்குள் நுழையும்போது என்னவென்று சொல்லத் தெரியாத ஒரு

புல்லரிப்பு, ஒரு வாஞ்சை, ஒரு நெருக்கம், உறவின் சுகம், ஒரு இசை, ஒரு நிறைவு, இவையெல்லாம் கலந்த கலவை என்னைத் தாலாட்டுகிறதே.

பால் மாடு மேய்வதற்கு பகலில் மந்தைக்குச் செல்லும். வாய் புல்லில் இருந்தாலும் அதன் உணர்வெல்லாம், தொழுவத்தில் தனியே கிடக்கும் கன்றின் மீதே இருக்கும். சாயங்காலத்தில் பார்த்தீர்கள் என்றால், மந்தை மாடுகளில் முதலாவதாக பால் மாடு முன்னால் வரும். குரல் கொடுத்துக் கொண்டே வீட்டிற்குள்ளே பாய்ந்து வரும். கன்றுக் குட்டியே, குமறிக் கொண்டு துள்ளும். அந்த பால்மாடு போலவே ஊர் என்மீது உறவு கொண்டுள்ளது.

துள்ளும் கன்றுக்குட்டி போல, நானும் ஊரைப் பார்த்தவுடன் அப்படி மனதுக்குள் துள்ளிப் போகிறேன். கயிறை அவிழ்த்துவிட்டதும், ஓடிப்போய் மடியை முட்டி முட்டி கன்று பால் குடிப்பது போல, ஊரின் சுகத்தை உணர்கிறேன். என் முட்டல் ஊருக்கு வலிப்பதில்லை. என்னை நக்கி நக்கி, தன் அன்பை வெளிப்படுத்துகிறது. ஊரின் காற்று என் மீது வீசுகிறது. குளிர்ந்த நீர் வரவேற்று பன்னீர் தெளிக்கிறது. நான் புதியவனல்ல. நான் இதற்குச் சொந்தம். என் முகவரி இதனுடன் என்ற நினைவு என்னிடம் கம்பீரத்தைத் தருகிறது.

அதிகாலையில் ஒலிக்கும் தேவாலய மணியோசை எனக்குத்தான். தென்னங்கீற்று அசைக்கும் ஓசை எனக்குத்தான். குளத்தில் தாமரைத் தண்டுகளுக்கிடையில் இரை தேடும் பறவைகள் குரல் கொடுப்பது எனக்குத்தான். நடனமாடும் பெண்கள் கூட்டம் போல சாய்ந்து சாய்ந்து ஆடும் நெற்பயிர்களின் உயிரோசை எனக்குத்தான்.

பிழைப்புத் தேடி, வேறெங்கும் சென்றுவிட்டாலும், இந்த ஊர் என்னை மறப்பதில்லை. நானும் அதை மறப்பதில்லை. கத்தரிக்க வியலாத தொப்பூழ் கொடியாய் அல்லவா நாங்கள் இணைக்கப்பட்டிருக் கின்றோம்.

எங்களூர் குளத்தில் தாமரை மலர்ந்து கிடக்கும். கோடையில் குளம் வற்றிவிட்டாலும், தாமரை வாடிவிடாது. ஆனி, ஆடிச் சாரலுக்காகக் காத்திருக்கும். அடிக்கின்ற கச்சானில் (சாரல் மழை) புதுத்தளிர் விடும். விளக்கு போட்டதாய் குளம் பூராவும் தாமரை மொட்டுக்கள்.

நாங்கள் ஊரை விட்டுச் சென்றாலும் எங்கள் ஊர் எங்களுக்காக காத்து நிற்கிறது. கண்டிப்பாக வந்துவிடுவான் என்ற நம்பிக்கை கொண்டிருக்கிறது.

பெண் தூங்குகின்றாள். ஊருக்குப் போன கணவன் இரவில் வரவேண்டும். அவன் நடந்து வருகின்றான். அவன் காலடி சப்தம் அவளுக்கு மட்டும் கேட்கிறது. அந்தக் காலடி அவளை மட்டும் எழுப்புகிறது. அவன் கதவைத் தட்டுவதற்கு முன், அவள் தாழ்ப்பாளை நீக்குகிறாள்.

ஊரின் ஆன்மாவின் துடிப்பை நானறிவேன். அது என்னை அறிகிறது. என் காலடிச் சப்தத்திற்காக அது விழித்துக் கொண்டு காத்திருக்கிறது.

அதுவே மகிழ்வைத் தருகிறது. உறுதியைத் தருகிறது. நான் அனாதையில்லை. எங்கள் ஊரின் செல்லக்குழந்தை.

இந்தக் குழந்தை, ஊரின் தாலாட்டைக் கேட்டு கண்ணயரவே துடிக்கிறது.

7. எழுத்து

கையெழுத்து நன்றாக, மணியாக இருக்க வேண்டும் என்று இரட்டை வரி நோட்டில், நான்கு வரி நோட்டில் எழுதிய அனுபவம் நினைவிருக்கிறதா?

இந்த நிகழ்வுகளை எவரும் மறந்துவிட முடியாது. கல்லின் மேல் எழுத்தாய் இவை பசுமையான நினைவுகளாய், நாம் தடவிப் பார்க்கும் நினைவின் வடிவங்களாய் நம்மிடம் பதிந்து விடத்தான் செய்கின்றன.

நீங்கள் படித்த ஆசிரியர்களை நினைவு கூறுங்கள். அவர்களை பட்டியலிட்டால், அந்த நினைவுத் திரையில் வந்து போகிறவர்களை கைவிரலுக்குள் அடக்கிவிடலாம். அதில் முதலாவது வருபவராக, ஒன்றாம் வகுப்பு சொல்லிக் கொடுத்த ஆசிரியர் கண்டிப்பாக இருப்பார். அவர்கள் பெரிய திறமைசாலிகளோ இல்லையோ, நமக்குத் தெரியாது. ஆனால் வாழ்வின் முதல் சுழி போடச் சொல்லிக் கொடுத்தவர்கள்.

எழுத்தறிவித்தவன் இறைவன் ஆகும் என்கிறார்கள்.

இந்தப் பழமொழியில் ஒரு சிறு மாற்றம் தேவை.

எழுத்தறிவித்தவள் இறைவி ஆகும் என்றுதான்.

நமக்கு எழுத்தை முதலில் அறிவித்தவர்கள் பெண் ஆசிரியைகள் தான். அவர்களுக்குத்தான் சொல்லித் தருகின்ற மென்மையான இரகசியம் மிக இயல்பாக வருகின்றது. மெருகு தெரியும். நுணுக்கமும் தெரியும்.

சிலை வடிக்கின்றவன் முதலில் சுத்தியலை சற்றுப் பலமாக உளி மேல் போட முடியும். சிலை ஓரளவுக்கு உருப்பெற்றதும் அவன் உளி மிகவும் மென்மையாய், கல்லுக்கு வலித்துவிடுமோ என்று தடவுவதைப் போன்று கல்லில் விழுகின்றது.

கல்லைப் போன்றிருக்கும் மானிட வாரிசான குழந்தைகளை விதம் விதமான உயிருள்ள, பயனுள்ள சிலைகளாக வடிப்பதற்கான முதல் உளி ஆரம்பப் பள்ளியில் விழுகிறது. மிகவும் மென்மையாக, நுணுக்கமாக, சிலையின் கண்ணைத் திறக்கும் சிற்பி போல, குழந்தையின் மீது விழுகிறது.

சிற்பம் வடிப்பதற்கு எதிர்மாறாக இருப்பது போல, முதலில் எழுத்தைச் சொல்லித் தருவது மென்மையாகவும், அதை ஓரளவு கற்றுக் கொண்ட பின், வன்மையாகவும் இருக்கிறது.

எனக்கு எழுத்தைச் சொல்லித் தந்தது என் பெற்றோர்கள். பள்ளிக் கூடத்தில் முதல் வகுப்பு டீச்சரை நான் மறக்கவில்லை. மிகவும் வயதானவர்கள். தள்ளிவிட்டால் விழுந்துவிடக் கூடியவர்கள். ஜெபமணி டீச்சர் அவர்கள் பெயர். வயதானாலும் அவ்வளவு கருணையோடு சொல்லித் தருவார்கள். என் எழுத்தின் ஆசான் அவர்கள்தான்.

பின்னால் இரட்டை வரி நோட்டில் தினமும் எழுதிக் கொண்டு போக வேண்டும். என் ஆரம்பப் பள்ளியின் தலைமை ஆசிரியர் தாசன் சார். அவரும் நினைவிலிருக்கிறார். அவரின் கம்பும் நினைவிருக்கிறது. அவரின் மேசையில் நல்ல புளிய விளாரில் கம்பு இருக்கும். அதைக் கொண்டு வருவதும், கிராமங்களிலிருந்து வருகின்ற பையன்கள்தான். அவர்கள் அடிபடுவதற்கு அவர்களே கம்பைக் கொண்டு வருவார்கள்.

புளிய விளாரினால் அடிபட்டிருக்கின்றேன். எழுத்து நன்றாக இல்லையென்று, கட்டையால் அடிப்பட்டிருக்கின்றேன். நான் வாத்தியார் பிள்ளை. என் அப்பாவின் எழுத்து மிக அழகாக தெளிவாக இருக்கும். என் எழுத்து என்னவோ கோழி கிளறியதைப் போன்று தானிருக்கும். இவ்வளவு அடிபட்டும் என் எழுத்து மாறவில்லை. பிற்காலத்தில் இவன் எழுதி கிழிப்பதற்கு இதுபோதும் என்று இயற்கை அப்போதே தீர்மானித்துவிட்டதோ என்னவோ?

எழுத்திற்காக பட்ட அடிகளை, பெற்ற குட்டுக்களை நினைத்துப் பார்க்கும்போது அவை வலிக்கவில்லை. ஏனென்றால், எனக்கு வலிக்க வேண்டும் என்பதற்காக அவை செய்யப்படவில்லை. நான் திருந்த வேண்டும் என்ற நோக்கத்திற்காக, சிறு வலியைப் புகுத்தி நடைபெற்ற மேன்மைப்படுத்துதல் அல்லவா!

நல்ல நோக்கத்தோடு செய்யப்படுகின்ற எதுவும், அது பலனளிக்கத் தொடங்கும்போது வலியாய்த் தெரிவதில்லை. வரலாற்றின் வழியாகத்தான் தெரிகின்றது.

எழுத்து என்பதின் வேர்ச்சொல் என்ன என்று எனக்குத் தெரியாது. ஆனால் ஒன்று எனக்குத் தெரிகின்றது. எழு என்ற வினைச்சொல்லின் பெயர்ச் சொல் எழுத்து. எழுது, எழுதுவதால் எழு, எழுத்தால் பிறரை எழுப்பு, எழுந்து நிற்பாய், எழுப்பி வைப்பாய் என்பதே எழுத்தின் சாரம்.

எழுத்து எழுதாதவனையும் எழச் செய்கிறது. எழுத்தால் பாதிக்கப் படுபவனையும் எழச் செய்கிறது.

எழுத்தின் நோக்கமே எழச் செய்வதுதான்.

முன்பெல்லாம் மின் விளக்குகள் கிடையாது. ஆனால் தெருவில் விளக்குக் கம்பம் இருக்கும். கையில் சிறு ஏணியோடு, எண்ணெயோடு, கதிர் சாய்ந்த பொழுதில் ஒருவர் விளக்கேற்ற வருவார். அவர் வேலையைப் பார்ப்பதே அழகு. விளக்கைச் சுற்றியிருக்கும் கண்ணாடியைத் துடைத்து, விளக்கேற்றி வைப்பார். சூழ்ந்த இருட்கணங்கள் சூறைத் தேங்காய் போல சிதறி எங்கோ காணாமல் போயின. இருந்த ஒளி முன், இல்லாத இருளின் சாயம் வெளுத்தது.

அவர் முன்னே அடுத்த விளக்கை நோக்கி நடக்கின்றார். அவர் ஏற்றிவைத்த ஒளியில் அவர் நிழல் முன்னே விழுகின்றது. அவர் நடக்க நடக்க அவர் நிழல் நீண்டுகொண்டே செல்கின்றது. அடுத்து அடுத்து என்று அவர் ஒளி மாலையை ஏற்றிச் சென்று கொண்டேயிருக்கிறார். நீளும் அவர் நிழல் கொஞ்சங் கொஞ்சமாய் மறைந்தாலும், அவர் ஏற்றி வைத்த விளக்கு எரிந்து கொண்டிருக்கின்றது. மற்றவர்க்கு ஒளியூட்டிக் கொண்டிருக்கிறது. அவர்களின் இருளை அழித்துவிட்டிருக்கின்றது.

அதுதான் எழுத்து. எழுந்த விளக்குத்தான் எழுத்து.

வளருகின்றோம். எழுத்தின் வடிவம், நம் விரல் நுனியில் நிலைப் படுகின்றது. அழகான எழுத்தோ, எப்படியோ, அதுதான் நம் எழுத்து.

தலையெழுத்தோடு பிறக்கிறோம் என்கிறார்கள். கையெழுத்தோடு நாம் வாழ்கிறோம். நம் கையால் எழுதும் எழுத்து, ஒரு மனிதனை யாவது எழுப்பி நல்ல மனிதனாக நடக்க வைக்க வேண்டும். இல்லா விட்டால் நம் கையெழுத்தினாலும் பயன் இல்லை, தலையெழுத்தும் சரியில்லை.

"நான் எழுத வேண்டும். எழுத்தாளனாக வேண்டும். அதற்கு என்ன செய்ய வேண்டும்" என்று கேட்கிறான் மாணவன், வெகு சிரத்தையாக, ஒரு கிரேக்க அறிஞனிடம்.

அவன் ஒரு வார்த்தையில் பதில் சொன்னான்:

"எழுது!"

சித்திரமும் கைப்பழக்கம். செந்தமிழும் நாப்பழக்கம். எழுத்தும் மூளையின் பழக்கம்.

சொல்வதற்கு இருக்கும்போது, எழுத்து அதை வெளிப்படுத்து கின்றது. உள்ளே இருப்பதை வெளியே கொணர்வது எழுத்து.

செட்டியார் முறுக்கு, கைமணமா? சரக்கு மணமா? என்பார்கள்.

எழுத்து முறுக்கு, சரக்கின் மணம் கை மணம் இரண்டுங் கலந்த ஓவியத்தின் ஒளி!

8. ஏதிலார்

திருக்குறள் தமிழர் வேதம்.

ஒன்றரை அடியிலே, வெற்றிலை போல வாழ்வியலை மடித்துத் தரும் ஔடதம்.

1900 ஆண்டுகளுக்கு முன்னே மனிதச் சிந்தனைகள் சென்றடைந்த சிகரம்.

வள்ளுவம் தொடாத கருத்துக்கள் இல்லை. தொட்டவற்றை ஓவியம் போல வடித்துத் தருவதிலும் அதை விஞ்சியது இல்லை.

நல்ல விஷயங்கள் நிறைய இருக்கின்றன. இதில் எவற்றை நம்மால் நடைமுறைப்படுத்த முடியும்? தொட்டு வணங்குவதற்கா அவை? அவை காட்டும் வெளிச்சத்தில் நடைபோடுவது எங்ஙனம்?

ஒரு செடியில் நிறைய மலர்கள் பூக்கின்றன. செடி ஒன்று. மலர்கள் பல. அதுபோல, நூல் ஒன்று. தந்த கருத்துப் பூக்கள் ஏராளம். எல்லாம் ஒன்றுதான். எல்லாம் ஒரு செடி தந்த பூக்கள் தான்.

வள்ளுவம் தந்த 1330 பூக்களை சூடிப் பார்க்க மானுட வாழ்வுக் கொஞ்சமும் இடந்தராது. வள்ளுவம் தந்த 1330 பாக்களையும் வெறும் 30 குறள்களுக்குள் அடக்கிவிட முடியும். மீதமுள்ள 1300 குறள்களும் வலியுறுத்திச் சொல்லும், திரும்பத் திரும்பக் கூறும் குற்றத்தைத்தான் செய்கின்றன.

இந்த 30 குறட்களையும் வாழ்வாக்குவது என்பதும் கடினந்தான். ஒரு குறளையாவது தவறாமல் கடைப்பிடித்தால் போதும். வள்ளுவர் வாழ்க என்று சொல்வதை விட, வள்ளுவர் வாழ்கிறார் என்பது உயர்வானது என்பதற்கு நாமே உதாரணமாக இருக்கலாம்.

ஒரு உண்மையைச் சொல்லுகின்றேன். இது உங்களுக்கு மட்டுந்தான். எனக்காக, இதை எவரிடமும் சொல்லிவிடாதீர்கள். நானுந்தான் இந்த குறட் கருத்துக்களில் ஒன்றையாவது தொடர்ந்து கடைப்பிடிக்க வேண்டுமென்று முயற்சி செய்கிறேன். வள்ளுவம் எவ்வளவு குறுகியதோ, அவ்வளவு வீரியம் மிக்கது என்று தெரிந்து கொள்ளுகின்றேன், என் இயலாமையினால்!

உண்மையான மருந்தை வள்ளுவ வைத்தியன் தருகிறான். நல்ல மருந்து, சரி செய்யும் என்கிறான். நானும் ஆசையுடன் வாயில் போட்டிருக்கிறேன். இதைக் கடித்து உண்ணக்கூடாது என்பதால், வாயில் போட்டு உமிழ்கிறேன். கசப்பைத் தாங்க முடியவில்லை. துப்பிவிடுகிறேன். மீண்டும் இது எனக்குத் தேவை என்று உணருகின்றேன். அதை வாயில் போட்டுக் கொள்கின்றேன். இந்த நிகழ்ச்சி மாறி மாறி நடக்கிறது. என்ன செய்வது?

குறள் சொல்லிப்போன வள்ளுவன் இதை எளிதாக செயலாக்க ஒரு மந்திரத்தைச் சொல்லித் தந்துவிட்டுப் போயிருக்கக் கூடாதா என்று வள்ளுவனிடம் கோபம் கொள்கின்றேன்.

நம் இயலாமையை மற்றவர்களிடம் பழிபோடும் சராசரி மனிதன் நான் என்கிறீர்களா? மிகச் சரியாகச் சொன்னீர்கள். உண்மையும் அதுதான்.

வள்ளுவர் சொன்ன தேர்ந்தெடுக்கப்பட்ட 30 குறள்களில் கண்டிப்பாக இந்தக் குறள் இருக்கும். இருக்க வேண்டும். ஏனென்றால், நம்மால் செய்ய முடியாததைத்தான் நாம் உயர்வாகச் சொல்வோம். அப்படிப்பட்ட குறள் இது. பார்ப்பதற்கு மிக எளிமையான குறளாய்த் தெரியும். பரிட்சித்துப் பாருங்கள்.

"ஏதிலார் குற்றம்போல் தன்குற்றங் காண்கிற்பின்
தீதுண்டோ மன்னும் உயிர்க்கு."   (புறங்கூறாமை, குறள் 190)

பிறர் குற்றங்களைக் காண்பது போல, தன்னிடமுள்ள குற்றத்தையும் ஒருவன் காண்போனாகில் அவனுக்கு தீங்கு விளையாது. இதுதான் பொருள்.

"அடே, ஏதிலார், அதாவது பிறர் நம் முன்னே இருக்கிறார்கள். அவர்கள் முகம் நம் கண் முன் தெரிகிறது. அதனால் அவர்கள் செய்யும் குற்றம் நமக்கு நன்றாகத் தெரிகின்றது. அதைக் கண்டு அவர்களைத் தூற்றுவதில் ஆனந்தம் அடைகின்றாய். உன்னைச் சார்ந்திருக்கும் நிழல் போல உன் முகத்திலாடும் குற்றங் குறைகளை பார்க்கவில்லையா? உன் முகத்தில் பெரிய, விளைந்த பர்மா தேக்கு மரம் போல குறைகள் இருக்கின்றன. அதை மறந்துவிட்டு, ஏதிலாரின் முகத்தில் ஆடும் சிறு துரும்பை பெரிதுபடுத்துகின்றாயே. முதலில் உன்னைச் சரிபண்ணு. உன் முகத்தில் சுமையாயிருக்கும் உத்திரத்தை தூக்கிப்போடு. பின் எல்லாம் சரியாகிவிடும். உன்னை முதலில் பார். மடையா இதை முதலில் செய்" என்கிறார் வள்ளுவர்.

"மடையா" என்று அழைப்பதில் வள்ளுவர் என்னையும் சேர்த்துக் கொள்கிறார்.

ஏதிலார் என்றால் பிறர் என்று அர்த்தம். இந்த ஏதிலார் உலகத் திலிருக்கும் 700 கோடி மக்களா? இவர்கள் அத்தனை பேரையும் நாம் குற்றங் கூறி அவர்களை வைது கொண்டிருக்கிறோம்.

அறியாத முகவரி தெரியாத அந்நியர்களை நாம் குறை சொல்வ தில்லை. நாம் குறை கண்டுபிடிக்கும் ஏதிலார் என்பார் சேய்மையில் இருப்பவர்கள் அல்லர். நம்மோடு உறவாடி நமக்கு தம்மால் முடிந்த நன்மைகளை செய்பவர்களிடம் என நாம் அதிகம் குறை காணுகின்றோம். அவர்கள் தான் நம் ஏதிலார்.

பெற்றோரிடம் குறை காணும் பிள்ளை. மனைவியைக் குறை சொல்லும் கணவன். அடிதடி போடும் அண்ணன் தம்பிகள். வெட்டுக் குத்தலில் இறங்கும் பங்காளர்கள். நண்பனை ஏமாற்றும் மனிதன்.

நாம் குறை கூறுவது அதிகமாய் நமக்கு தெரியாது முகமறியாத மனிதர்களிடமில்லை. நமக்கு நன்கு பழக்கப்பட்ட, நமக்கு நன்மை செய்கின்ற மனிதர்களிடம் அதிகமாக குறை காணுகின்றோம். உதவும் மனிதர்களிடம் குறை கண்டுபிடிப்பதில் நமக்கு மகிழ்ச்சி.

நன்றி பாராட்டாமல் இருக்கலாம். ஆனால் புறங்கூறுவது இருக்கிறதே இது கொடுமையிலும் கொடுமை.

நம் வீடும், நம் உறவும் கோடையில் வசந்தமாகவும், வாடையில் வெம்மையாகவும் இருக்கிறார்கள். கலைகளில் எல்லாம் உயர்ந்தது ஒன்றாய் உறவில் மகிழ்வது.

இந்த உறவில் விரிசல் காண்பதற்குக் காரணம், குறை காண்பதுதான். ஆயிரம் நல்லதை மறந்து, ஒரு கரும்புள்ளியை வைத்து நூற்று, உறவுத் தறியை முறித்துவிடுகின்றார்கள்.

பொது வாழ்வை THANKLESS JOB என்பார்கள். உண்மையில் குடும்ப வாழ்வும் Thankless Enter Prise தான். மனைவியை நேசிப்பதிலும், பிள்ளைகளை பராமரிப்பதிலும், பெற்றோரைப் பேணுவதிலும் உறவுகளை வளர்ப்பதிலும் நாம் மகிழ்வடைகின்றோம். மற்றவர்கள் நன்றியுடையவர்களாக இருக்கிறார்களா என்பது அவ்வளவு முக்கிய மில்லை.

மற்றவர்களால் நாம் நேசிக்கப்படுகிறோம் என்பதற்கு, நாமும் அவர்களை நேசிக்க வேண்டும். நேசத்தின் முதல் எதிரி குறை காணல். குறையை மீறிய அன்புதான் நேசம்.

குறையில்லாத மனிதன் உலகில் ஒருவன்தான் இருக்கிறான் என்று நினைக்கிறோம். அது நான்தான் என்று ஒவ்வொருவரும் நினைத்துக் கொண்டிருக்கிறோம்.

குறையில்லாத மனிதன் இனிமேல்தான் உலகிற்கு அவதாரமாய் வர வேண்டும்!

ஏதிலார் நம்மை நேசிப்பதற்கு ஒருவழி இருக்கிறது.

"நீங்கள் நேசிக்கப்பட வேண்டுமென்றால் நேசிக்கப்படும் தன்மை கொண்டவராக இருங்கள்."

நேசிக்கப்படும் தன்மை என்பது என்ன? ஏதிலார் குற்றத்தைப் பார்க்கும் முன் தன் குற்றத்தைப் பார்ப்பதுதான்.

குறை மறைந்தால் உறவு வளர்கிறது.

9. ஐயம்

இல்லாத ஒன்று இருப்பதாக நினைத்துக் கொண்டு, நாமும் அதைக் கெட்டியாய்ப் பிடித்திருக்க, அதுவும் நம்மைக் கெட்டியாகப் பிடித்திருக்க, நம்மைப் படாத பாடுபடுத்துவதற்குப் பெயர் - ஐயம்.

பல்லின் இடுக்குக்குள் ஒரு துண்டு நார் சிக்கிவிட்டது. நாக்குதான் பாம்பாய் வளைந்து என்னவல்லாமோ பண்ணிப் பார்க்கிறது. அதை வெளியே எடுக்கும் வரை ஓய்வதில்லை. நம் கவனமெல்லாம் அந்த சிக்கிய துண்டின் மேல்தான்.

ஐயம் எழுந்துவிட்டால், அது நம்மை உறங்க விடுவதில்லை. இருக்க விடுவதில்லை. துரத்திக் கொண்டேயிருக்கிறது. கண்ணாடி ஜன்னலின் உட்பக்கம் அகப்பட்ட வண்ணத்துப்பூச்சி, மீண்டும் மீண்டும் மோதி வெளியே வருவதற்கு பிரயத்தனப்படுவது போல, சந்தேகம் நம்மிலிருந்து வெளியே செல்லத் துடிக்கின்றது.

தண்ணீருக்குள் மீன் விடும் காற்று குமிழாய் மேலேறத் துடிக்கின்றது. தண்ணீருக்குள் இருக்க அதனால் முடிவதில்லை. தண்ணீருக்கு மேலே நகர்ந்து கொண்டிருக்கவே அது விரும்புகிறது. உள்ளீடில்லாத ஐயம், உண்மையாய் உள்ளிருக்க முடிவதில்லை. வீங்கி வெடிக்கின்றது. கண நேரத்திற்குள் அந்தக் குமிழ்தான் எத்தனை வடிவம், வண்ணம் பெறுகின்றது.

இயேசு புனித வெள்ளியன்று சிலுவையில் அறையப்பட்டு, மரித்து, அடக்கம் செய்யப்பட்டு, ஞாயிறு அன்று உடலோடு உயிர்க்கின்றார். அந்த உயிர்ப்புப் பெருவிழாவை (ஈஸ்டர் ஞாயிறு) இரவு 12 மணிக்கு கோயிலில் (சர்ச்சில்) கொண்டாடுவோம். பல சடங்குகள் நடைபெறும்.

கோயிலே இருளாயிருக்கும். இருளாகிய உலகிற்கு யேசு ஒளியேற்றுவதாய், குருவானவர் பாஸ்கா மெழுகு திரியை ஏற்றுவார். உடனே ஒவ்வொருவரும் கையிலிருந்தும் மெழுகு திரியும் ஏற்றுவார்கள். கோயிலே மெழுகு விளக்கின் ஒளியில் புது அழகு பெறும்.

மெழுகு திரியை ஏற்றுவதற்காக, தீப்பெட்டியிலிருக்கும் குச்சியை எடுத்து உரசி, ஒளி ஏற்றுவதில்லை. புது ஒளி வேண்டும் என்பதற்காக, பக்கத்தில் பஞ்சை பரப்பி, இரு கல்லை வைத்து உரசிக் கொண்டிருப் பார்கள். வேகமாக உரசும்போது, பொறி உண்டாகும். அந்தப் பொறி,

பக்கத்திலிருக்கும் பஞ்சில் பற்றும். நெருப்பு உண்டாகும். அதைப் பெரிதாக்கி, அன்று இரவு நடக்கும் ஒளி வழிபாட்டில் பயன்படுத்து வார்கள்.அறிவும், ஐயமும் உராயும்போது பொறி உண்டாகிறது. ஐயத்தின் உராய்வினால், அறிவுத்தீ கொழுந்துவிட்டு எரிகின்றது.

ஐயம் அறிவுக்கு அவசியம். அறிவுப் பாதையில் ஒரு தூண்டுகோல். ஐயம் தோன்றுவது, அறிவு வேலை செய்கிறது என்பதன் அறிகுறி.

பச்சிளங்குழந்தை தாய்ப்பால் அருந்துகிறது. சில நேரம் குழந்தைக்கு விக்கலெடுக்கும். குழந்தைக்குப் பால் ஜீரணமாகிறது என்பாள் தாய். அறிவு செறிக்கும் வழிமுறையில் ஐயம் எழும். இந்த விக்கல் தவறன்று.

ஐயத்தை நீக்குபவர் ஆசான், ஆசிரியர்.

பள்ளிக்கூடத்தில், தன் பாடத்தை முடித்த பின் ஆசிரியர் கேட்பார். 'இதில் ஏதாவது சந்தேகம் இருந்தால் கேளுங்கள்' என்பார். நன்றாக கவனித்தப் பையனுக்கு ஒன்றிரண்டு சந்தேகம் வரும். கவனியாத பையனுக்கு எல்லாமே சந்தேகமாகத் தோன்றும். அல்லது எதுவுமே தோன்றாது.

மாணவர்களின் ஐயம் என்பது, அவர்களது அறியாமையின் குதர்க்கம் அல்ல. அது அவர்களின் அறிவுத் தேடலில் அவர்கள் வீசும் கொக்கி. ஆசிரியர், மாணவர்களிடையே சந்தேகத்தை எழுப்பத் துணை புரிகின்றார். அதை இல்லாமலும் ஆக்குகின்றார். ஐயத்தை ஆக்கி, அழிக்கும் கடவுளர் அவரே.

இப்போது எல்லாம் காங்கிரீட் கட்டிடம் வந்துவிட்டது. முன்பு ஓடு அல்லது ஓலை வேயப்பட்ட அறைகள் தான் பள்ளி. அங்கே பல்லியும் எலியும் கூட பாடம் படிக்கும். ஒரு நாள் ஆசிரியர் பாடம் உற்சாகமாக சொல்லிக் கொண்டிருந்தார். கடைசியிலிருக்கும் மாப்பிள்ளை பெஞ்சில், படிப்பில் நாட்டமில்லாத விளையாட்டுப் பிள்ளைகள் தானாகவே போய் உட்காருவார்கள். சில சமயம் சிலரைப் பார்த்து, "அந்த பெஞ்சில் போய் உட்காரு" என்று அந்தச் சங்கப் பலகையில் ஆசிரியரே இடங்கொடுப்பார். அந்த சங்கப் பலகையில் அமர்ந்த ஒருவன், பாடம் நடத்தும்போது, மோட்டு வளையைப் பார்த்துக் கொண்டிருந்தான். குறுகுறு வென்று எலி ஒன்று ஓடி தன் கூட்டுக்குள் நுழைவதைப் பார்த்துக் கொண்டிருந்தான். பாடத்தை முடித்த ஆசிரியர், மாணவர்கள் சரியாக புரிந்து கொண்டார்களா? என்பதற்காக, கடைசி பெஞ்சிலே அமர்ந்திருக்கும் இவனைப் பார்த்துக் கேட்டார். "எல்லாம் நுழைந்ததா?" என்று. இவனுக்கும் பாடம் நுழைந்துவிட்டால் எல்லோருக்கும் புரிந்திருக்கும் என்பது அவர் கணிப்பு.

திடீரென்று திடுக்கிட்டவன் போல எழுந்து, 'சார் எல்லாம் நுழைந்துவிட்டது, வால் மட்டும் நுழையவில்லை' என்றான். எலி

உள்ளே நுழைந்துவிட்டது, வால் நுழையவில்லை என்பது தான் அவனின் பதில். மற்றப் பையன்கள் புரிந்து கொண்டு சிரித்தார்கள். பாவம் ஆசிரியர். அவருக்கு இது புரியவில்லை.

"எங்கே சொல், வாலாகிய சிறிது மட்டும் உனக்கு விளங்கவில்லை. அதை விளக்கிச் சொல்கிறேன்" என்றாராம்.

அறிவை ஏற்றும்போது, வால் போல, ஐயம் உள்ளே புகாமல் இருக்கும். இருக்க வேண்டும். அதைத் தீர்க்கின்றபோது அறிவு முழுமை பெறுகின்றது.

குழந்தைகள் மாணவர்கள் சந்தேகம் எழுப்பும்போது, முடிந்தால் விளக்கி அதை நீக்குவது முறை. எரிச்சலாக இருக்கிறது அல்லது தனக்குத் தெரியவில்லை என்பதற்காக, அதட்டி அவர்களை அடக்கி, அவர்களின் அறிவுத் தாகத்தை குறைத்துவிட வேண்டாம்.

ஐயம் திரிய கற்பதுதான் கல்வி. கல்வியில் பெறும் ஐயம் தேவை. அது நன்று. அது ஆர்வத்தைத் தூண்டுகிறது. தெளிவைத் தருகின்றது. அறிவின் ஆழத்தைக் காட்டுகிறது.

ஐயம் வர, அது நீங்கிக் கற்பதுதான் கல்வி.

ஐயம் இன்னொரு இடத்திலும் உண்டாகிறது. நம் உறவில் ஐயம் என்கின்ற கீறல் ஏற்படுகின்றது. அறிவில் ஏற்படும் ஐயம் அறிவை வளர்க்கிறது. உறவில் ஏற்படும் ஐயம் உறவைப் பிளக்கிறது.

தேர்ந்த உறவுகளில் நாம் கொள்ளும் சந்தேகம் நம்மைப் பாதிக்கிறது. நம்மைக் கனக்க வைக்கிறது. மூடிய பனித்திரைக்குப் பின் என்னவோ நம்மைத் தாக்க இருக்கிறது என்ற பயம் உண்டாகிறது.

கொடைக்கானலில் Green Valley இருக்கிறது. தற்கொலைப் பள்ளம் என்பார்கள். பில்லர் ராக் போகும் வழியில் இடது பக்கம் சென்று பார்த்தால் அந்தப் பள்ளத்தாக்கை வெண்மேகம் மூடியிருக்கும். மேலெழும், ஓடும் மேகம், புகையாய் ஒருவித அச்சத்தை குழப்பத்தை உண்டாக்கும். பார்க்கும் மக்கள் பேசாமல் நிற்கிறார்கள். சிறிது நேரத்தில் வெயில் அடிக்கும். பனித்திரை விலகும். மனத்தைக் கொள்ளுவதைப் போன்று, பச்சை வான வில்லாய், மலைப் பள்ளத்தாக்கு நம்மை பிரமிக்க வைக்கும்.

உறவில் ஏற்படும் ஐயம் விலகினால் வாழ்வின் மகிழ்ச்சியும் நம்பிக்கையும் துணை வருகின்றன.

அறிவுக்கு ஐயம் உரம்.
உறவுக்கு ஐயம் புறம்.

10. ஒருத்தி

ஒருத்தியில்லாமல், நானில்லை, எவருமில்லை!

அவளின் தங்கக் கிரணங்களிலே இந்தத் தளர் தாமரை இதழ் விரித்தது.

அவள் தன்னைத் தந்த கதகதப்பிலே, இந்தக் கரு, புள்ளியாய், பின் பிள்ளையாய் வளர்ந்தது.

அவளுக்கு நான் சுமைதான். பத்துமாத சுமை மட்டுமல்ல. அவள் வாழ்வின் சுமை. என்னை மடியிலும், தன் நெஞ்சிலும், எப்போதும் என்னைச் சுமக்கின்றாள். அன்பில் ஓய்வறியாச் சூரியன் அவள்.

அவள் உடலின் உடல் நான். அவள் இதயத் துடிப்பின் துடிப்பு நான். அவள் கண்ணின் பாவை நான். என்னைத் தவிர அவளுக்கு வேறு என்ன இருக்கிறது?

கடவுள் இருக்கிறார் என்பதற்கு, அந்த ஒருத்தியின் மகவாய் நான் பிறந்ததே சாட்சி.

அன்பினும் பிறிதொரு பெரிதாம் பொருள் உண்டே? ஆமாம், அன்பின் பொருள் அவளன்றி, பிறிது யாது?

அவளைக் கொல்வதாய் வலியின் உச்சத்திலே அவளிடமிருந்து நான் வெளியில் வந்தேன். என்னைப் பார்க்கையிலே, அவள் அந்த வலியை ஒருபோதும் நினைத்ததில்லை. ஆனால் என்னைப் பார்க்கையிலே எப்போதும் தன்னை மறக்கிறாள். தன்னிலும் மேலாய் எனக்குத் தருகின்றாள். தனக்கா, எனக்கா என்று வந்தால்கூட அவள் என்னையே தேர்வு செய்கிறாள்.

எப்போதும் அவளுக்கு நான்தான் முதலில். நான் இருப்பதால், அவளுக்கு தான் இருப்பது நினைவில்லை. என்னில் அவள்தான் இருக்கின்றாள்.

நான் தூங்காமல் அவள் இமை மூடியதில்லை. என் பசியாற்றாமல் அவள் பசியுணர்ந்ததில்லை.

நான் சிரிப்பதால் அவள் சிரிப்பாள். நான் உயர்வதால் அவள் உயர்வாள். என்னை அப்படியே முழுமையாக ஏற்றுக்கொண்டு, அன்பின் ஏற்றத்தை இறைத்து என்மீது பொழிவாள்.

நான் வெறுத்தாலும் என்னை வெறுக்கத் தெரியாத பேதை. அவளிருக்கும் வரை அன்பு உலகில் வறண்டுவிடாது.

நான் எத்தனை பெரியவனாலும், அவளுக்கு, அவள் கையைப் பிடித்துக் கொண்டு தட்டுத் தடுமாறி நடக்கும் பிள்ளைதான் நான்.

அவள் தன்னைப் பெரியவளாய் பார்த்ததில்லை. என்னையும் வளர்ந்ததாய்ப் பார்த்ததில்லை. இனி உறவில் வசந்தம் தவிர வேறு பருவம் அறியாதவள்.

நான் அவளை விட வளர்ந்ததில் அவளுக்குப் பெருமை. என்னை நிமிர்ந்து பார்ப்பதில் அவள் நிமிர்வாள். கண்ணால் நீண்டு என்னை அளப்பதில் அவள் சாம்ராஜ்யம் கொண்டதாய் உணர்வாள்.

அந்தக் குகையில் இருந்துதான் நான் இளைப்பாறினேன். இப்போதும் அது காலியாயிருக்கிறது. காத்துக் கொண்டிருக்கிறது. அந்தக் குகை நிழலில் நான் ஒருபோதும் வெயில் கண்டதில்லை.

கண்டவர் விண்டதில்லை, விண்டவர் கண்டதில்லை என்பார் சொர்க்கத்தைப் பற்றி. ஒரு சொர்க்கத்திலிருந்துதான் வாழ்வே ஆரம்பம். ஒருத்தியின் சொர்க்கத்திலிருந்து இன்னொருவள் சொர்க்கத்துக்கு தாவும் அனுபவந்தானே வாழ்க்கை.

“அண்டத்துள் உள்ளன எல்லாம் பிண்டத்துள் உள்ளன. பிண்டத்தில் இல்லாதது அண்டத்தில் யாதுமில்லை” என்பார் பாம்பன் சுவாமிகள். விரிந்த பிரபஞ்சத்தின் முழுமையும் ஒரு புள்ளியிலும் உண்டு என்பதே இதன் பொருள். அவள் தான் என் பிரபஞ்சம். அண்டத்தில் உள்ள எல்லாம் அவளிட்ட பிச்சை. என்னிலும் இல்லாமல் போகுமோ? நான் அவளிட்ட பிண்டம்.

ஒரு பெண்ணிடம் கேட்டார்கள். “உங்கள் வாழ்வில் மிகச் சிறந்த உரையாடலை யாருடன் நடத்தியிருக்கின்றீர்கள்” என்று. அந்தப் பெண் யோசிக்காமல் பதில் சொன்னாள்.” என் நாயுடன்தான். அதற்குத்தான் என்னை முற்றிலும் புரிந்துகொள்ளவும், நான் சொல்வதைக் கவனிக்கவும் ஆற்றல் உள்ளது.” என்றாள்.

அன்னையவளிடம் இதே கேள்வியைக் கேட்டால், அவளும் தயங்காமல் பதில் சொல்வாள். ‘என் பிள்ளையிடம்தான். அதை

முற்றிலும் புரிந்து கொள்ளவும், கவனிக்கவும் எனக்கு ஆற்றல் உள்ளது' என்று சொல்வாள்.

குழந்தைக்கு புரிந்ததோ இல்லையோ அவள் எத்தனைக் கதைகளைச் சொல்லி மகிழ்வாள். எத்தனை உணர்வைக் கொட்டுவாள். எல்லையிலா தன் அன்பை முத்தம் என்ற நாழியால் அளக்காமல் கொட்டுவாள்.

காக்கையைக் காட்டுவாள். கிளியைக் கையசைப்பாள். நிலா எங்கு செல்கிறது என்று எனக்காக கேட்பாள். கடல் அலைகள் என்ன சொல்கின்றன என்று என்னைக் கேட்கச் செய்வாள். இந்த காடும், மரமும், அதில் உட்கார்ந்திருக்கும் பறவையும் என்ன பேசுகின்றன என்பதை கவனி என்று என்னை பயிற்றுவிப்பாள்.

இன்று நானிருக்கும் நிலைக்கு அவளே காரணம். என் முதல் குரு அவளே. அவளுக்காக பிரார்த்திக்காமல் எனக்காக பிரார்த்திப்பாள். அவள் கனவுகளின் நாயகனே நான்தானே.

அவள் கரங்களில், தோள்களில், மடியில், அரவணைப்பில் நான் தான் எத்தனைக் கனவுகள் கண்டிருப்பேன். அத்தனையும் அவளின் கனவுகள்தான். அவளிருக்கையில் ஆனந்தம் இன்றி வேறேது. கனவில் நான் சிரிக்கையில், அவள்தான் எப்படி மகிழ்ந்து போயிருக்கின்றாள்.

அவள் கையில் தூங்கும்போது இன்பத்தைத் தவிர வேறேதும் கண்டதில்லை.

அவளைப் பார்த்துத்தான் என் வாழ்க்கை வளர்ந்தது.

அவளைத் தெரியாவிட்டால் உண்மையான அன்பு என்னவென்று தெரியாத காட்டுமிராண்டியாக நான் வளர்ந்திருப்பேன்.

அவள்தான் எனக்குத் தலையணை பஞ்சுமெத்தை. அங்கே தேவதைகள் வந்து எனக்காக நடனமாடுவார்கள். வண்ணப்பூக்களை கொய்து தருவார்கள். எத்தனைப் பரிசுகள் நான் மகிழ தருவார்கள். எல்லாம் அந்த மடியின் பெருமை.

காந்தக் காம்பசை வைத்து மாலுமி கப்பலை ஓட்டுகிறான். அவன் பாதையில் குழப்பமில்லை. என்மீது அன்பு என்ற நிச்சயப்பாதையில் தாய்மைக் கப்பலை அவள் ஓட்டுகின்றாள்.

அன்பு ஒருபோதும் தோற்பதில்லை. மற்ற விஷயங்கள் நினைவில் வந்து, மயங்கிப் போய் விடுகின்றன. அவளின் அன்பு நிலைத்து நிற்கிறது.

வளர்ச்சி என்பது, சுயநலத்திலிருந்து மற்றவர்களைப் புரிந்து கொள்ளும் நிலைதான். இதை தன் வாழ்க்கையில் கற்றுக் கொடுத்தவள்

அந்த ஒருத்திதான். அவள்தான் உதாரணம். அவளின் குருகுலத்தில் இதைக் கற்ற மாணவன் நான்.

"உலகப் பொருட்களைத் தருகின்றபோது நீங்கள் குறைவாகவே தருகின்றீர்களே. உங்களைத் தரும்போதுதான் நீங்கள் உண்மையாக தருகிறீர்கள்' என்றான் கலீல் ஜிப்ரான்.

தன்னை உண்மையாகத் தந்தவள் அன்னை.

நல்ல மழை. நிற்காமல் பெய்கிறது.

அவளைத் தேள் கடித்துவிட்டது. தாங்க முடியாத, வலி. புரண்டு கொண்டிருக்கின்றாள்.

பக்கத்திலிருப்பவர்களெல்லாம் வந்து, வைத்தியம் பார்த்தார்கள். ஏதேதோ மருந்து கொடுத்தார்கள். ஒன்றும் செய்யாது என்று ஆறுதல் சொன்னார்கள். அவளுக்கு வலி ஒன்றும் குறைந்தபாடில்லை.

சிறிது நேர அரற்றலுக்குப் பின் அவள் சொன்னாள்:

"நல்லவேளை, அந்தத் தேள், அருகில் படுத்திருந்த என் பிள்ளையைக் கொட்டவில்லை."

என் வரலாற்றின் அனைத்துப் பாகத்திலும் தன்னை உண்மையாகத் தந்த அந்த ஒருத்தியை மறக்கவும் முடியுமா?

11. ஓட்டம்

கடந்த இருபதாம் நூற்றாண்டு மனிதகுலத்திற்கு வழங்கிய மிகப் பெருங்கொடை, வேகம்.

மானுடம் வேகங்கொண்டது; தன் சிந்தனையில், சமூக அமைப்பில், அரசியல் கட்டுமானத்தில், வளர்ச்சியில், விஞ்ஞான உயர்வில், தனி மனித வாழ்வில், தன் நடையில், தன் மனத்திலுந்தான்.

நிதானமாக வீசிக் கொண்டிருந்த காற்று, வேகங்கொண்டு, புயலாய் உருமாறுவது போல, மானுடம் தன் இருந்த வேகத்தைக் களைந்து விட்டு, புது வேகங் கொணர்ந்தது.

என் அம்மா சொல்வார்கள். எங்கள் நல்லையா (அம்மாவின் அப்பா) கோர்ட்டு விஷயமாக, ஊரிலிருந்து அம்பாசமுத்திரத்திற்கோ அல்லது திருநெல்வேலிக்கோ செல்ல வேண்டுமென்றால், நடந்து செல்வார்கள். கையில் கட்டுச் சாதத்தை எடுத்துக் கொண்டு, மிக அதிகாலையிலேயே நடக்க ஆரம்பித்து விடுவார்கள். அடுத்த நாள் காலையில் 11 மணிக்கு கோர்ட் ஆரம்பிக்கும்போது ஓட்டமும் நடையுமாய் சென்று சேர்ந்துவிடுவார்களாம். தூரம் 80 கிலோ மீட்டர். திரும்ப அதைவிட அதிக நேரமாகும். வழியில் எங்காவது சாப்பாடு எவராவது கொடுத்தால் உண்டு. சாதிய கட்டுப்பாடுகள் மிக நிறைந்த காலச் சூழலில் அது அவ்வளவு எளிதாக கிடைத்துவிடாது. ஏதாவது பனை மரத்து நுங்கு, தென்னை இளநீர், தேங்காய் இவைதான் உணவு. இன்று அதே தூரத்தை நாற்பது நிமிடத்தில் கடந்து விடுகின்றோம். மனிதன் எவ்வளவு வேகம் அடைந்துவிட்டான். ஓடுகின்ற காளைமாடும், குதிரைகளும் பயணத்திற்குப் பயன்படும் காலந்தான் மாறிவிட்டது.

விமான வேகத்தை "மாக்' என்று கணக்கிடுகிறார்கள். அதாவது ஒலியின் வேக அளவு என்று எளிமையாக புரிந்து கொள்ளலாம். ஒலி ஒரு மணி நேரத்தில் ஏறக்குறைய 700 மைல் வேகத்தில் கடக்கிறது. இதை விமானம் கடந்தால் MACH 1 என்பார்கள். 1500 மைல் வேகத்தில் போர்விமானம் பறக்கிறது என்றால் MACH 2 என்பார்கள். ஒலி வேகத்தை இன்றைய ஜெட் விமானம் வெகு அநாயசமாக தாண்டிச் செல்கிறது. தன் வேகத்தை விட விமானம் தாண்டிச் செல்வதை, ஒலி அலைகள் அவ்வளவு எளிதாக அனுமதித்து விடுவதில்லை. விமானத்தின் முன்னே செல்லும் ஒலி அலைகள், ஒரு சுவர் போல குறுக்கே

உருவாகின்றன. ஒரு தடைச்சுவர் போல எதிர்த்து நிற்கின்றன. காற்று ஒலியைத் தாண்டும் அந்த நிலையில் விமானம் மிக அதிகமான சக்தியை பயன்படுத்த வேண்டியிருக்கிறது. அதைத் தாண்டி சென்றுவிட்டால், ஒலி அலைகள், விமானத்தை பின் தொடர்ந்து வர வேண்டியதுதான். எனவேதான் விமானம் முதலில் செல்லுகிறது. இது ஏற்படுத்தும் ஒலி பின்னால் கேட்கும்.

சிறு பிள்ளையில் நாம் பார்த்திருப்போம். மின்னல் வெட்டும். சில விநாடிகளுக்குப் பின்னால், வானத்தில் தேவர்கள் அம்மி அரைப்பதாய் காதைப் பிளக்கும் இடியோசை கேட்கும். ஒளி அலை, ஒலி அலையை விட வேகமாய் வருகிறது.

பிரபஞ்சத்திலே மிக வேகமானது ஒளி. ஒளியும் சக்தியின் வடிவம். ஒளி அலைகளாய் பரவுகிறது. ஒரு நொடியில் ஒரு லட்சத்து எண்பத்தி ஐயாயிரம் கிலோ மீட்டர் கடக்கிறது. ஒளியின் வேகத்தை வைத்துத்தான் ஐன்ஸ்டீன் தன்னுடைய ஆற்றலின் வாய்ப்பாட்டை புனைந்திருந்தார். ஒளியின் வேகத்தை விட வேகமாகச் செல்லும் ஒன்று நம்மிடம் இருக்கிறது. அதுதான் நம் மனோரதம். நம் மனத்தின் கற்பனை மூலம், ஒரு நொடியில் பிரபஞ்சத்தின் விரியும் அடுத்த விளிம்பைத் தொட்டுவிட நம்மால் முடிகிறது என்று நாம் பெருமையடித்துக் கொள்ள முடியும். இன்று ஒளியின் வேகத்தையும் மிஞ்சுவதாய், அணுவிலுள்ள துகள் பயணிக்கிறது என்று கண்டுபிடிக்கப்பட்டிருக்கின்றது. இதனால் ஐன்ஸ்டீனின் சமன்பாட்டையும் மறுபரிசீலனைப் பண்ண வேண்டிய விஞ்ஞானக் கட்டாயம் உருவாகி விடுகின்றது.

இயற்கையின் வேகம் இருந்துவிட்டுப் போகட்டும். ஆனால் நாம் வேகமாய் செயல்படுவதாய் நினைத்துக் கொண்டு பரபரத்துக் கொண்டு இருக்கின்றோம். நகரின் போக்குவரத்து விளக்கு சிகப்பாய் இருக்கும் போது, மக்கள் ஒரு நிமிடத்திற்குள் பொறுமையிழந்து விடுகின்றனர். இந்த விளக்கு நம் பாதுகாப்புக்கு இருக்கிறது என்ற உணர்வு இல்லாமல், காவலர் பார்க்காத சமயத்தில், வாகனத்தை ஓட்டிச் சென்றுவிடும்போது, முகத்தில் சாதனையின் வெளிப்பாடு சிரிப்பாய் தோன்றுகின்றது. விதியை நாம் மீறுகின்றபோது, நாம் மட்டும் தப்பு செய்யவில்லை. நமக்கு அருகிலிருக்கின்ற இன்னொரு வாகன ஓட்டியையும் தவறுக்குத் தூண்டுகின்றோம்.

பச்சை விளக்கு விழுந்தவுடன் என்னமாய் வேகம்! குதிரைப் பந்தயத்தில் போட்டியிடும் குதிரைகள் ஓடுவதைப் போன்று ஒவ்வொரு வாகனமும் ஓடுவதைப் பார்க்கின்றபோது, நேரத்தின் மீது இவ்வளவு அக்கறை கொண்ட மனிதர்களா நாம் என்று பெருமைப்படும்படி தோன்றும். ஆனால் வீட்டிற்கு போய் பயனில்லாத தொலைக்காட்சிப் பெட்டியே கதி என்று கிடப்பதற்கு இந்த ஓட்டம் அவசியம்தானா?

மனிதர்களின் பரபரப்பான ஓட்டமே அவர்களை நோய் கொண்டவர்களாய் ஆக்குகிறது.

மனதில் அதைச் செய்ய வேண்டியிருக்கிறது. இதைச் செய்ய வேண்டியிருக்கிறது என்ற பரபரப்பு தோன்றி அமைதியை இழக்கச் செய்து விடுகிறது. காலையில் எழும்பியவுடன், பாத்திரம் தேய்க்க வேண்டியிருக்கிறது. வீடு பெருக்க வேண்டியிருக்கிறது. தண்ணீர் தெளித்து கோலம் போட வேண்டியிருக்கிறது, காபி போட வேண்டியிருக்கிறது என்று பெரிய பட்டியலை தன் மனத்தில் போட்டு வைத்துக் கொண்ட பெண் உண்மையிலேயே ஆயாசம் அடைந்து விடுகின்றாள். எதையும் செய்யாமலே, அந்த மலைப்பு பரபரப்பாகி தன் மனச் சமநிலையை இழக்கின்றாள். எப்படியும் தான்தான் எல்லாவற்றையும் செய்யப் போகின்றேன், ஒன்றிற்குப் பின்னால் மற்றொன்றை விரும்பிச் செய்கின்றேன் என்ற மனநிலையை வளர்த்துக் கொண்டு, பரபரப்பில்லாமல் வரிசையாக வினையாற்ற பதறாமல் காரியம் நிகழ்கிறது.

பரபரப்பு பொய்யான மலைப்பைக் கொடுக்கிறது.

பரபரப்பாய் காரியத்தைச் செய்யும்போது நிறைவாகச் செயல்பட முடிவதில்லை.

பரபரப்பு செயல்திறத்தை விட எரிச்சலை அதிகமாக ஊட்டுகின்றது.

வேண்டாம் இந்த ஓட்டம்.

எதையும் அனுபவித்துச் செய்யலாமே. பத்து காரியத்தில், ஓட்டமும் நடையுமாய், எதையும் சரியாகச் செய்யாமல் போவதைவிட, ஒன்பதை நிதானமாக, சரியாகச் செய்வதே நல்லது.

மனதில் ஏற்படும் பதைபதைப்பை விட்டுத் தள்ளுங்கள்.

ஒரு நேரத்தில், ஒரு காரியத்தை மட்டும் மனதில் கொண்டு செயல் படுங்கள். அதற்குப் பின்னால் அடுத்ததைப் பார்த்துக் கொள்ளலாம்.

ஒரு படியில் ஏறும்போது அந்தப் படியை நினைப்போம். அதற்கு அடுத்த படியை அதற்குப் பின்னால் பார்த்துக் கொள்வோம்.

ஒரு காரியத்தைச் செய்ய 10 நிமிடம் எடுக்கிறது என்றால், அதை 12 நிமிடத்தில் செய்யுங்கள். சாப்பிட 10 நிமிடம் ஆகிறது என்றால் கூட ஒரு நிமிடம் கூடுதலாக எடுத்துக் கொள்ளுங்கள். ரயில் நிலையத்திலிருந்து வேலை முடித்து வீட்டிற்கு வருவதற்கு 10 நிமிடம் ஆகிறது என்றால், கூட இரண்டு நிமிடம் எடுத்துக் கொள்ளுங்கள்.

உங்களுக்கு நீங்கள் சற்று அதிக நேரம் வழங்குங்கள்.

நிறைவாய்ச் செய்வதை அனுபவியுங்கள்.

ஓட்டம் என்பது வாழ்க்கையல்ல. நம் வாழ்க்கையில் எவரையும் முந்த வேண்டிய கட்டாயம் இல்லை. அனுபவிப்பதே வாழ்க்கை.

12. அஃறிணை

மனிதனே உயர்திணை.

மற்றவையெல்லாம் அஃறிணை.

இது மனிதன் ஏற்படுத்திக் கொண்ட பிரிவினை. ஒருவேளை மற்றவைகள் இந்தப் பதங்களை உருவாக்கியிருந்தால் மனிதனை அஃறிணை வரம்பிற்குள் தள்ளியிருக்கலாம்.

உயர்திணையென்று தன்னை உயர் வளையத்திற்குள் வைத்துக் கொண்ட மனிதன் தன்னை உயர்வானவனாக வைத்துக் கொண்டிருக் கின்றானா என்பதே முக்கியமான கேள்வி.

தனக்குள்ளே உயர்வு தாழ்வு பேதம் பார்த்த மனிதன், எவ்வளவு உயர்வானவன்?

நிறம், இனம், பிறப்பு, பொருளாதார நிலை அடிப்படையில் அஃறிணைகள் தங்களுக்குள்ளே பிளவுபட்டு நிற்பதில்லை. அதற்காக சண்டையும் இடுவதில்லை.

அஃறிணைக்கு உள்ளம் இருக்கின்றதா? இதுதான் இத்திணையின் கூறுபடுத்தும் அம்சம்.

உள்ளத்தால் தன்னை உயர்த்தும் எல்லையில்லா வாய்ப்புக்களைப் பெற்றவன் மனிதன்.

மகரந்தங்களைச் சுமந்து செல்லும் வண்ணத்துப்பூச்சி, ஒரு காட்டைச் சுமந்து செல்லுகிறது.

மனிதனும் எல்லையில்லா வாய்ப்புக்களைக் கொண்டு வருகின்றான்.

உள்ளம் என்ற நெம்புகோலின் வழியாக, உலகத்தையே நெம்பித் தள்ளிவிடும் ஆற்றலின் எல்லை கொண்டவன் மனிதன்.

ஒரு விதையோடு காலம் சேரும்போது, தரையைக் கிழித்து, அது நிமிருகிறது.

ஒரு கொள்கை ஒரு பொறியாய் மாறுகின்றபோது, சுடராகின்றது. வாழ்வைப் புரட்டிப் போடுகின்றது. புது அர்த்தத்தைத் தெரிவிக்கின்றது.

மானுட சமூகத்தை உந்தித் தள்ளி வேறொரு நிலைக்கு கொண்டு செல்லுகின்றது.

உள்ளம் நினைத்தால் வையத்தையே உள்ளங்கைக்குள் கொணர முடியும்.

உள்ளம் அற்ற அஃறிணையும் செயல்படுகிறது. இயங்குகிறது. தானிட்ட கதியில் தன் பயணத்தை நடத்திக் கொண்டு தானிருக்கிறது.

அஃறிணைக்கு மதிப்பு தருவது நாம்தான். நாம் எந்த மதிப்பை அதற்குப் போர்த்துகிறோமோ அந்த நிலையை அது அடைகிறது.

பள்ளிக்கூடத்தில் ஒரு மாஜிக் நிகழ்ச்சி. வாவென்று அழைக்கிறார் ஒரு சிறுவனை. அவன் முன்னே சென்று அவர் அருகிலே நிற்கிறான். அவர் கேட்கிறார்: "என் கையைப் பார்! என்ன இருக்கிறது?" என்று.

"ஒன்றுமில்லை' என்கிறான்.

"என் வாயைப் பார். என்ன இருக்கிறது?" என்று கேட்கிறார். "நாக்கு இருக்கிறது" என்கிறான் சிறுவன்.

"அதைத் தவிர வேறொன்றுமில்லையே."

"இல்லை."

"இப்போ உனக்குப் பிடித்த கலர் என்ன?"

"பச்சை."

"இதோ பச்சை ரிப்பன் தருகிறேன்" என்று வாயிலிருந்து பச்சை ரிப்பனை உருவி அவனுக்குத் தருகிறார்.

சிறுவன் பிரமித்துப் போய் விடுகிறான்.

வாழ்க்கையிலும் இதுபோன்ற மாயம் நிகழத்தான் செய்கின்றது. நீங்கள் எதைக் கேட்கின்றீர்களோ அதை வாழ்க்கைத் தரத் தயாராக இருக்கின்றது.

பிரமிக்கத்தக்க உண்மை என்னவென்றால், நீங்கள் சிறப்பானதைக் கேட்டால், வாழ்க்கையும் சிறப்பானதைத் தவறாமல் தருகின்றது.

தொடர்ந்து தேர்வில், கவனம் தேவை.

மானுடம் உயர்திணையாக சிரிப்பதற்கு இது ஒன்றே காரணம்.

பொது உடைமை இலக்கியங்களைப் படித்திருந்தால், கருத்து முதல்வாதம், பொருள் முதல்வாதம் என்ற வார்த்தைகள் நம்மைக் குழப்பும். வாதம் என்ற வார்த்தைகள் நமக்குப் புரியாது. நம்மைக்

குழப்பும். வாழும் வாழ்க்கையை புரிந்து கொள்ள இவ்வளவு குழப்பங் களைச் சந்தித்து, மீண்டும் தெளிவு பிறக்குமா என்று கூடத் தோன்றும். எனக்குத் தெரிந்தவரை இந்த வாதத்திலே மிரண்டு போய் அந்தப் புத்தகங்களைத் தொடக்கூடாது என்று சபதம் வகுத்துக் கொண்டவர்கள் பலபேர்.

நானிருக்கிறேன் என்ற கருத்து என்னுள் இருப்பதால் நானிருக் கிறேன். நானிருப்பதால் மற்றவைகள் இருக்கின்றன என்பதைச் சுருக்கமாக கருத்துமுதல் வாதம் என்று வைத்துக் கொள்ளலாம்.

வையம் பொருட்களால் நிறைக்கப்பட்ட ஒரு பந்து, பொருட்களே நிஜமானவை. அவைகளின் இயக்கமே வையத்தின் இயக்கம். உலகமே மாயையின் வடிவம் என்பது அப்பட்டமான பொய். நாள்தோறும் என்னைத் தாங்கும் உடலே ஒரு பொருள் தான் என்று, காணும், தொடும் உணரும் பொருளை முதன்மைப்படுத்துவது பொருள் முதல் வாதம்.

இதில் எது சரி, எது உயர்வானது என்ற பட்டி மண்டபம் மனிதகுலம் உள்ளவரை தொடர்ந்து கொண்டேயிருக்கும்.

உயர்திணை உயர்ந்ததா? அஃறிணை உயர்ந்ததா என்ற பட்டிமண்டபம் அமைந்தால் நடுவரின் நியாயமான தீர்ப்பு, ஒன்றில்லாமல் இன்னொன்று இல்லை என்பதாகவே இருக்கும்.

உயர்திணை என்பதை கருத்து முதல்வாதமாக வைத்துக் கொள்ளலாம்.

அஃறிணையை பொருள்முதல் வாதமாக வைத்துக் கொள்ளலாம்.

இந்த இரு வாதங்களும் வாழ்வுப் பாதைக்குத் தேவை. அந்த ஒன்றுதான் மிகு உண்மை.

உயர்திணையை நேசிக்கின்ற அளவிற்கு மனிதர் அஃறிணையையும் நேசிக்கின்றார்.

இரண்டையும் சமமாக நேசிக்கின்றபோது பிரச்சனைகள் இல்லாத மனிதத்துவம் மிக்கவனாக வெளிப்படுகின்றார்.

அஃறிணையை மட்டும் மனிதன் நேசிக்கும் போது சிக்கல்கள் உருவாகின்றன.

ஒரு முனிவரிடம் போய் ஒரு அரசன் கேட்டான். "I Want Peace" என்றான். முனிவர் பதில் பேசவில்லை.

மீண்டும் கேட்டான் மன்னவன்.

"I Want Peace" என்றான்.

"Peace" உனக்கு வராது" என்றார்.

"ஏன்" என்றான்.

"நீ கேட்பதிலே குறையிருக்கிறது. "I" என்கிற நானும், "want" என்கிற தேவையும் மிதமிஞ்சி நிற்கிறபோது, தென்றலான அமைதி உன் உள்ள வானில் தவழாது அப்பா" என்றார்.

உயர்திணையான நானும், அஃறிணையான பொருட்பற்றும் நம்மைப் பற்றி நிற்கின்றபோது மகிழ்வு என்ற நம் பிறப்புரிமை நம்மை விட்டுத் தள்ளி நிற்கின்றது.

நம்மையும் நேசிப்போம். சக மனிதர்களையும் நேசிப்போம். அது உயர்திணைப் பாங்கு.

அஃறிணைப் பொருட்களை பயன்படுத்துவோம் அளவோடு தேவைக்கு ஏற்றதாய்!

உலகில் எதுவும் நம் தேவைக்குப் போதுமானதாய் படைத்து நமக்கு வழங்கப்பட்டிருக்கின்றது.

நம் பேராசைக்குத்தான் எல்லையில்லை. பேராசையோடு, உலகை அணைக்கும்போது, உலகே நம் கைகளுக்கு பத்த மாட்டேன் என்கிறது.

அஃறிணையையும் நமக்குத் துணைதான். அவற்றை அளவறிந்து கொள்க.

13. கவிதை

குற்றாலத்துக்குச் சென்றிருக்கின்றீர்களா?

குதித்துக் குதித்து, சிரித்துச் சிரித்து, மலைப் பெண்ணின் வகிடாய் அருவி பாயும்.

தரைக்கு குளிர் பொட்டிடுவதாய் சாய்ந்து சாய்ந்து சாரல் வீசும். கடவுளின் கணக்கில், விழும் சாரலுக்கும் எண்ணிக்கையுண்டு.

கல்லுக்குள் ஈரத்தைக் கண்ட மரங்கள், மலைக்கு பச்சைப் பாவாடைக் கட்டியதால் கர்வமாய் நிற்கின்றன. ஒவ்வொரு சினையையும் தளிரையும் தப்பாமல் தென்றல் தழுவிச் சென்றது.

காணும் அழகு, சொல்ல முடியாத, சொல்லத் தெரியாத, உணர்வலைகளை, உள்ளத் தடாகத்தில் எழுப்புகின்றன. காண்பவன் பிரமித்துப் போய் நிற்கின்றான். சிலவேளை என்ன அழகு என்று தலையசைக்கின்றான். தனக்குள்ளே பரவசங் கொள்கின்றான். தன்னை யறியாது கண்ணீர் வடிக்கின்றான். நான் மட்டும் கவிஞனாயிருந்தால், பாடிப் புனைவேன் நூறு கவி என்கின்றான்.

மேட்டு வயலிடை இருந்து நண்டு வளை வழியாக பீறிட்டுப் பாயும் தண்ணீர் போல பொங்கிப் பெருகி பாய்வதே கவிதை.

எப்போது, ஏன், எங்கே என்ற கட்டுப்பாடற்று, தோன்றிய வேளையில் பிரம்மத்தை உணர்ந்து அனுபவிக்கும் ஞானி போல, திடீரென்று அனுபவிக்கும் அனுபவச்சாறே கவிதை.

அனுபவம், உணர்வுச் சுவை, மொழிக் குதிரையேறி சரியான வார்த்தை ராஜபாதையில் தனித்துவத்துடன் பயணிப்பதே கவிதை.

மொழிகளின் வார்த்தை அழகும், அனுபவ அழகும், கற்பனைச் சரமும் சரியான பதத்தில் இணையவே தரையைக் கிழித்து வெளிவரும் முளை போலே, காலத்தை எதிர்த்து நிற்பது கவிதை.

கவிஞனின் தனிப்பட்ட அனுபவம் பிரபஞ்ச அனுபவமாய் விரிந்து, அதை வாசிக்கின்றவனின், தனிப்பட்ட அனுபவமாய் பிரசவிக்கப் படுகின்ற போது கவிதை அந்த வாசகனிடம் அரங்கேறுகிறது.

உணர்வின் கதை, கவிதை
வார்த்தைகளின் விதை, கவிதை
கடவுளின் மூச்சு கவிதை

சென்னையிலிருக்கும் கன்னிமாரா பொது நூலகத்திற்குச் சென்றால், அதிக புத்தகங்கள் இருப்பது கவிதைப் பகுதிதான். மழை வெள்ளம் போல தமிழ்க் கவிஞர்கள் படையெடுத்து எழுதுகின்றார்கள்.

எனக்கொரு சந்தேகம். படிப்பவர்களை விட படைப்பாளிகள் அதிகமாகி விட்டார்களோ?

மழைக்காலத்தில், படையெடுத்து வரும் ஈசல் கூட்டமென தமிழ் கூறும் நல்லுலகத்தில் கவிஞர்கள் முகாமிட்டுக் கொண்டிருக்கின்றார்கள்.

கவிஞர்கள் வளர்ந்திருக்கின்ற அளவிற்கு, கவிதையின் தரம் கூடியிருக்கிறதா என்கின்ற கேள்வி, கவிஞர்களுக்கு விடப்பட்ட சவாலாகவே இருக்கின்றது.

கவிஞன் ஒரு அனுபவத்தை உணருகின்றான். அதற்கு வார்த்தை வரி வடிவம் கொடுக்க அவன் உணர்ச்சிகள் அவனைத் தூண்டுகின்றன. வார்த்தைகளை அவன் தேடுவதில்லை. அவை முத்துப் பந்தலிலே, சர்க்கரைமாரி பொழிவதாய் அவன் விரல் இடுக்கில் வந்து விழுகின்றன. கருத்து என்ற கட்டமைப்பிற்குள், வார்த்தை என்ற வண்ணங்களால், உணர்வுத் தூரிகையால் சொல் சித்திரம் வரைந்து முடிக்கின்றான். அதுதான் அவன் பெற்றெடுத்த கவிதைக் குழந்தை.

அது முழுக்க முழுக்க அவனின் சொந்தம். அடிக்கப்படும் உளி, முரட்டுக் கற்களில், மென்மையான சிலை வடிவை வெளிப்படுத்துவது போல, புதுமை உணர்வை, உலகிற்கு தருகின்றான்.

வாசிக்கும்போது, வாசகன் எந்த அனுபவத்தை உணருகின்றான் என்பதிலே கவிதையின் வெற்றி அல்லது பயன் இருக்கின்றது.

கவிஞன் நினைத்த ராஜபாட்டையிலேதான் வாசகனும் நுகர்ந்து பயணிக்க வேண்டும் என்ற கட்டாயம் இல்லை. நல்ல கவிதை வாசகனுக்கு விரிவான வான்வெளியை வழங்குகிறது. வாசகன், தன் வாசனை போல், கதிரவனை, உதிக்கும் கதிரவனாகவோ அல்லது அடையப்போகும் கதிரவனாகவோ பார்க்கின்றான். இப்படித்தான் பொருள் கொள்ள வேண்டும் என்று கட்டச் சட்டை கவிதைக்கு போடுவது உரையாசிரியர்கள் வேலை. இதை ஏற்றுக்கொள்ள வேண்டிய கட்டாயம் வாசகனுக்கு இல்லை.

ஒரு நிகழ்ச்சியை பத்து பேர் பத்து விதமாக மனதில் கொள்ளுகின்றார்கள். ஒரு அனுபவத்தை பத்து பேர் பத்து விதமாக

ஏற்கின்றார்கள். அதுபோல கவிஞனின் அனுபவத்தை பத்து பேர் பத்து விதமாக பாடம் பண்ணுகின்றார்கள். இந்த வித்தியாசமான வாய்ப்புக் களை கவிதை தன் தளத்தில் தருகிறது. அதுதான் கவிதையின் எழில். கவிதையின் வெற்றி.

வாசிப்பவனை, அவனவன் வானத்தில் அவனவன் அளவிலே சிறகடித்துப் பறக்கத் தூண்டுவதே ஒரு கவிதையின் வேலை.

ஒரு தாமரை இலை மீது தண்ணீர் சொட்டு அங்கு ஓடி, இங்கு ஓடி, பல வடிவங்களை எடுப்பது போல, கவிதையிலும் புதுமை காண வாசகனுக்கு பூரண சுதந்திரம் உண்டு. இந்தச் சுதந்திரக் காற்றைச் சுவாசிக்கும்போதுதான் வாசகன் நெருக்கமான கவிதை உரிமை உணர்வையடைகிறான்.

எந்தக் கவிதையைப் படிப்பது என்ற நாற்சந்திக் குழப்பம் நமக்கு ஆரம்பத்தில் எழுவது இயற்கை. முதலில், கவிதையில் இதைத்தான் படிக்க வேண்டும் என்ற நிர்ப்பந்தம் இல்லை. இறகை விரித்துச் செல்லும் பட்டாம் பூச்சி போல தாவி தாவி படிக்கலாம். எது பிடித்திருக் கிறதோ அதைப் படிக்கலாம்.

எல்லா கவிதைகளும் உங்களுக்குப் பிடிக்க வேண்டும் என்ற கட்டாயம் இல்லை. கவிஞனின் உணர்வு மட்டத்திற்கு நீங்கள் மேலெழுகின்றபோது கவிதை பிடித்துப் போகின்றது. எப்போதும் அந்த அளவிற்கு நம்மால் மேலெழ வாய்ப்பில்லாமல் போகலாம். அது கவிதையின் குறைபாடில்லை.

கவிதையை நீங்களே வாசியுங்கள். மீண்டும் ஒருமுறை வாசியுங்கள். பலமுறை வாசியுங்கள். கலைடாஸ்கோப்பை மாற்றி மாற்றி பார்க்கின்ற போது வித்தியாசமான வடிவங்கள் தெரிவது போல, ஒவ்வொரு முறையும் புதுமையான செய்தியை உணர முடியும்.

மற்றவர்கள் நன்றாக இருக்கிறது என்று சொன்னதற்காக, கோயில் மாடாய் அதை ஏற்றுக்கொள்ளத் தேவையில்லை. கவிதை வாசிப்பு என்பது மிகவும் தனிப்பட்ட ரசனை. காதல் போல அது உங்களுக்குப் பிடிக்க வேண்டும்.

சொல்லும் பொருளும், உணர்வும் சரியான விகிதத்தில் கலந்த வார்த்தை ஓவியமான கவிதை மானுடத்தின் உன்னதம்.

கவிஞன் ஒரு பாதையில் பயணம் செய்கிறான். அதே பாதையில் அல்லது அதற்கு இணையான பாதையில் நீங்களும் பயணிக்கும்போது கவிதை புரிகிறது. இளநீர் போல இனிக்கிறது. தென்றல் போல தண்மையாக இருக்கிறது. மயிலிறகு போல உங்களைத் தடவுகிறது. அந்த அனுபவத்தை நம் ஒவ்வொருவராலும் பெற முடியும்.

14. இங்ஙனம்

கடிதம் எழுதி முடிவில் இங்ஙனம் என்று எழுதி கையெழுத்திடுவார்கள். இதை திருமண அழைப்பிதழ்களிலும் பார்த்திருக்கலாம்.

இங்ஙனம் என்று எழுதுவதும் அருகிவிட்டது. கடிதம் கையால் எழுதுவதும் மிகவும் குறைந்துவிட்டது.

கடிதம் என்பது நிர்வாக விஷயமாகவோ அல்லது அரசோடு எழுதுவதற்கோ பயன்படுகிறதே தவிர, தனிப்பட்ட மனிதர்களின் உணர்வினை உள்ளக்கிடக்கையை, உறவுகளைப் பரிமாறும் வாய்க்காலாக இல்லாமல் போய்விட்டது.

அருகிருந்தால், சொல்லத் தயங்கும், உள்ளத்தின் விஷயங்களை தாழ்ப்பாள் திறக்கும் கதவாக கடிதங்கள் இருந்தன.

தள்ளியிருந்தால், தகவல்களைப் பரிமாறிக் கொள்வதற்கும், பரஸ்பர அன்பை வெளிப்படுத்திக் கொள்வதற்கும் கடிதங்கள் பயன்பட்டன.

கடிதங்கள் என்பவை வெறும் எழுத்தின் வெளிப்பாடு அல்ல. உள்ளங்களின் ஊற்றுப் பெருக்கு. உறவின் சீர்மை.

ஆயிரம் வார்த்தைகள் சொல்வதை விட, ஆதரவான ஒரு கடிதம் பல வேளைகளில் தூங்கிக் கிடந்த மனதை தூக்கி நிறுத்துகிறது. என் மீது இவ்வளவு பாசமா என்ற நினைப்பே புதுத்தெம்பைத் தந்து தூண்டிச் செயல்பட வைக்கிறது.

எஸ்.எம்.எஸ். இணையதளம் இவையெல்லாம் வந்த பின், கடிதங்கள் தகவல் பரிமாற்றமாக முடங்கிப் போய்விட்டதே! உள்ளங்களின் உணர்ச்சியின் பிரவாகமாக இல்லாமல் போய் விட்டதே.

கடிதம் எழுதும் அக்கறையும், முனைப்பும், அதற்கான தேவையும் இன்றைய தலைமுறையிடம் இல்லாதது ஒரு இழப்புதான்.

கடிதம் எழுதுவதன் மூலமே ஒருவன் தன் எழுத்திற்கு அச்சாரம் இடுகின்றான்.

காதல் கடிதம் எழுதத் துவங்கி தான் பல எழுத்தாளர்கள், தங்களுக்கும் எழுதும் ஆற்றல் உண்டு என்பதை உணர்ந்து, தாங்களும் வளர்ந்திருக்கின்றார்கள்.

அடியேனும் இந்தப் பட்டியலில் அடங்கியவன்தான்.

காதலிக்கு அல்லது காதலனுக்கு கடிதம் எழுதுகின்ற போதுதான் நம் மூளையும் மனதும் உச்ச நிலையில் செயல்படுகின்றன. நாம் நினைத்திராத வகையிலே, கற்பனையும் மொழி நடையும், உணர்ச்சிப் பெருக்கும் வந்து அருவியாய் கொட்ட, அதிலே மகிழ்ந்து குளிப்பதாய் எழுதுபவர் மகிழலாம். காதல் உணர்வு, அதனோடு மிகவும் தொடர்புடைய இலக்கிய உணர்வைத் தூண்டுகிறது. காதலர் இலக்கிய உலகில் சஞ்சரிக்கின்றனர். அவர்கள் படைக்கின்றனர். அவர்களின் கடிதங்கள் படைப்பிலக்கியத்தின் ஆத்திச்சுவடி.

காதல், கல்யாணத்தில் நிறைவு பெறுவதாய் எல்லோரும் கருதிக் கொண்டிருக்கிறோம். திருமணத்திற்குப் பின் காதல் மறைந்து, குடித்தனம் ஆரம்பித்து விடுகிறது. மழைக்காலம் ஓய்ந்தவுடன் மழை நின்றுவிடுவதைப் போல, காதலின் சாரல் அடிப்பது நின்றுவிடுகிறது. இலக்கியப் பிரவேசமும் நின்றுபோய் விடுகிறது. பலரின் எழுத்து ஆர்வம் காதல் மலையின் உச்சியை அடைந்து, அன்றாட வாழ்க்கைப் பள்ளத்தாக்கில் தள்ளப்பட்டு சமாதி அடைந்துவிடுகிறது.

சிலர், காதல் அனுபவம் திறந்து வைத்த வாசல் வழியே புகுந்து எழுத்துலக அனுபவத்தைத் தொடருகின்றார்கள்.

கடிதம், எழுத்துப் பயணத்திற்கான விதையாக பலருக்கு இருந்திருக்கிறது.

காதலியின் பதில் கடிதத்திற்காக எப்படி ஏங்கிக் கொண்டிருந்திருக் கிறோம் என்பதை இன்று நினைத்துப் பார்க்கின்றபோது சிரிப்பாக இருக்கின்றது.

காலை, வேலைக்குச் சென்றவுடன் கடிதம் அவளிடமிருந்து வருமே, வந்துவிட்டதா என்று தேடுவதுதான் முதல் வேலை. வங்கியில் கடிதங்கள் வரத் தாமதம் ஆகிவிட்டாலோ, அல்லது கொடுப்பதில் சிறிது பிந்திவிட்டாலோ மனம் என்னமாய் ஏங்கிவிடும். கனத்த கடிதம், ஏங்கிக் கனத்த மனத்திற்கு அவ்வளவு மகிழ்வைத் தரும்.

கடிதத்தை உடனே படிக்க வேண்டும் என்ற ஆவல், சிறுபிள்ளை, பொம்மையின் கையை காலை உதைப்பது போல மனதுக்குள் உதைக்கும். மெல்ல, கழிவறைக்கு போய் கதவைத் தாழிட்டுக் கொண்டு, கவரைக் கிழித்ததுமாக விரைவாக படித்த பின்புதான் ஒரு அமைதித் தென்றல் மனதில் தவழும். மாலை வீட்டுக்குப் போனவுடன் மாடியறையில் தனியே உட்கார்ந்து, ஆர அமர கடிதத்தை வாசித்து, மீண்டும் மீண்டும் வாசித்த, பின்புதான் ஒரு நிம்மதி. உடனே பதில்

எழுத வேண்டும் என்ற குறுகுறுப்பு. தாளை எடுத்து எழுத எழுத பக்கங்கள் நீளும். முடிப்பதற்கு மனமில்லாமல் இரவில் கடிதங்கள் முற்றுப் பெறும்.

கடிதத்தில் வளரும் காதல் காலங்கள் எவ்வளவு இனிமையானவை!

அண்மை தருகின்ற சுகத்தை விட, எழுத்தின் தண்மை தருவது நீண்டதாயும், நிலைப்பதாயும் இருக்கும்.

ஏழாண்டுகள் நீண்ட காதலை, நிலைநிற்கச் செய்தது இந்தக் கடிதங்கள்தானே!

பாதுகாக்கப்பட்டிருக்கும் அந்தக் கடிதங்களை இப்போது படித்துப் பார்க்கும்போது, நம் வளர்ச்சியின் படிமங்களைக் கண்டு நாமே நகைக்கலாம்.

கடிதங்கள், எழுதப்படுகின்ற மனிதருக்குத் தனிப்பட்ட முறையில் குறிக்கப்படுகின்றன. அதில் எழுதப்படும் வார்த்தைகள், வரிகள், கருத்துக்கள் அந்த மனிதரை தனிப்பட்ட முறையில் வெகுவாய் பாதிக்கின்றன. சரியான நேரத்தில் எழுதப்பட்ட, கடிதங் கொண்ட கருத்து என்னைக் காப்பாற்றியது அல்லது வளர்த்தது என்று ஒருவர் சொல்லுகின்றபோது அதைவிட பெரிய பெருமையை நாம் உணருவதில்லை.

மற்றவர்க்கு தேவையிருக்கிறது என்கின்றபோது நாலு வரி எழுதிப் போட மறவாதீர்கள்.

உங்களைப் பாதித்ததற்காக, ஒரு வரி எழுதி அதற்கான காரணமான மனிதருக்கு நன்றி என்று அனுப்பி வையுங்கள்.

உங்களின் தூண்டுகோலான அவரை இன்னும் இதுபோல வைர வரிகளை, விதை போல ஊன்றும் வரிகளை, விழுதுபோல துளைக்கும் வார்த்தைகளைத் தருவதற்கு துணையாய் இருக்கும்.

ஒருபோதும் மொட்டைக் கடிதம், அதாவது இங்ஙனம் என்றில்லாமல் கடிதம் அனுப்பாதீர்கள்.

பெயர் தெரியாத அப்பனின் பிள்ளையான மொட்டைக் கடிதம், நீங்கள் எழுதும் மனிதரை எவ்வளவு தாக்குகிறதோ தெரியவில்லை. ஆனால் ஒன்று மட்டும் தெரியும். அது உங்களைத் தாக்குகிறது. உங்களின் நம்பகத்தன்மையைத் தாக்குகிறது. நிமிர்ந்து நிற்கும் நேர்மைப் பண்பை கேள்விக்குள்ளாகிறது. ஒரு கோழை மனிதராக உங்களைச் சித்தரிக்கிறது.

இந்தத் தப்பை நான் ஒருமுறை செய்திருக்கிறேன். அதற்காக ஆயுள் முழுவதும் வருத்தப்பட்டிருக்கிறேன். பாதிக்கப்பட்ட அந்த மனிதரிடம்

மன்னிப்புக் கேட்டுவிட்டாலும், தப்பு செய்து விட்டேன் என்று பதைப்பு இன்னும் நீங்கவில்லை.

தொழிற்சங்கத்தில் இரு குழுக்களாக பிரிந்து நின்றுபோது, எதிர்க்குழுவில், ஒரு தலைவரைத் தாக்குவதற்கு எடுத்துக் கொண்ட ஆயுதந்தான் இந்த மொட்டைக் கடிதம். இந்த மொட்டைக் கடிதத்தை எழுதியதால் நான் தப்பு செய்துவிட்டிருப்பதாக இன்றுவரை உணர்கிறேன்.

மற்றொரு முறை, இதைப் போல கடிதம் எழுதுங்கள் என்று நண்பர்கள் சொன்னபோது, கண்டிப்பாய் மறுத்துவிட்டேன்.

போராட்டத்திலும், வாழ்க்கையிலும், இலக்கைப் போல, அதை அடையும் வழிமுறைகளும் நேர்மையானதாகவும் நம் பண்பைப் பிரதிபலிப்பதாகவும் இருக்க வேண்டும். தவறான மொட்டைக் கடிதத்தால், நல்ல முடிவைக் கொண்டு வர நினைத்தது முட்டாள்தனம். பிழை.

கடிதத்தின் மூலம் உங்களை நீங்கள் சரி செய்து கொள்ளலாம். பழமையின் பிடியிலிருந்து விடுவித்துக் கொள்ளலாம். வாழ்வின் பயணத்தால் பல சுமைகளை நம் அறிந்தோ, அறியாமலோ, குப்பை பொறுக்குபவளின் சாக்குப் பை போல பெரிதாக, சுமையாக ஆக்கிக் கொண்டிருக்கிறோம். இது நமது ஆழ்மனதில் பதிந்து நம் பழக்கமாக வேறு ஆகிவிட்டது. கோபம், பொறாமை, வெறுப்பு, பகை, போட்டி, பேராசை, தீமையென பலவை நம்மிடம் வாசஞ் செய்ய ஆரம்பித்து விட்டன. இவற்றை அகற்றுவதற்கு எளிய வழியிருக்கிறது.

இதற்குத் தேவை, ஒரு பேனா, காகிதம், ஒரு மண்தொட்டி ஒரு தீப்பெட்டி போதும்.

குழந்தைப் பருவத்திலிருந்து, நீங்கள் செய்த தவறுகளை உங்களுக்காக நீங்கள் எழுதுங்கள். நமக்கு நாமே வெட்கப்படத் தேவையில்லை. எத்தனை பக்கம் ஆனாலும் பரவாயில்லை. எழுதுங்கள். கடைசியாய் மறக்காமல் இங்ஙனம் என்று உங்கள் கையெழுத்திடுங்கள். அதை மடித்து மண் தொட்டியில் போட்டு தீ கொளுத்துங்கள்.

சாம்பலான உங்களின் எதிர்மறை உணர்வுகளின் சுமையை இறக்கி வைத்துவிட்டீர்கள். புது மனிதர் நீங்கள்.

கடிதங்கள் நம்மைப் புது மனிதனாகவும் புதுச் சக்தியைப் பாய்ச்சுவதாய் இருக்கின்றன.

15. சர்வோதயம்

1967ம் வருடம் தமிழகத் தேர்தல் முடிவடைந்ததில் காங்கிரஸை வீழ்த்திவிட்டு தி.மு.க. ஆட்சியைப் பிடித்தது. பின் மிகப்பெரிய உலகத் தமிழ்நாடு மாநாட்டை சென்னையில் நடத்திக் காட்டினார்கள். அப்போது 'யாதும் ஊரே, யாவரும் கேளிர்' எனும் கனியன் பூங்குன்றனாரின் வார்த்தைகள் மிகவும் பிரபல்யமாக இருந்தது. கல்லூரி நாட்களில் அதைப் பேசுவதும், சிலாகித்துப் இரசிப்பதும் வாடிக்கை. கனியன் பூங்குன்றனாரின் வரிகளை நான் எப்படி பொருள் கொண்டிருந்தேன் என்றால், "எல்லோரும் நம் ஊரே, யாவரும் இதைக் கேளுங்கள்" என்று.

பின்புதான், "எல்லோரும் நம் ஊரே, யாவரும் உறவினர்களே" என்று சரியாக பொருள் தெரிந்து கொண்டேன்.

இவ்வளவு உலக நேசத்தை தமிழர்கள் கொண்டிருந்தார்களே என்று மகிழ்வாயும் பெருமையாயும் இருந்தது. பின்னர் புறநானூற்றுச் செய்திகளைப் படிக்கும்போது வேதனையும் எழுந்தது. தமிழகத்தில் ஊரும் ஊரும், நாடும், அண்டை நாடும், மூவேந்தர்களும் தொடர்ந்து சண்டையிட்டுக் கொண்டிருந்திருக்கின்றார்கள். சண்டையிட்டு முடிந்து, வெற்றி பெற்றவர், தோற்றவர் நாட்டை, எரித்து, கழுதை கொண்டு உழுது, உப்பை விதைத்து, மனிதர்களை கொடுமைப்படுத்தவும் செய்திருக்கிறார்கள் என்பதைப் படிக்கும்போது, நம்மவர்களா இப்படி என்று வேதனைப்படத்தான் தோன்றுகிறது. இந்தப் பண்பாட்டின் தொடர்ச்சியோ என்னவோ தெரியவில்லை. வேறெதற்கும் சண்டை யிடாத தமிழர்கள், சாதி அடிப்படையில் பொங்கி எழுகின்றார்கள். யாதும் ஊரே, யாவரும் உறவினர்கள் என்ற உயரிய பண்பாடு, கழுதையால் உழுது, உப்பு விதைத்த நிலம் போல ஆகிவிடத்தான் செய்கிறது.

வானவில்லுக்கு அப்பால், ஒரு சொர்க்க பூமியிருக்கிறது. அங்கே தங்கக் குடங்களில் அமிர்தம் இருக்கிறது. அதைக் குடித்தால் அமோக வாழ்க்கை வாழலாம் என்ற கற்பனை போல, இதுபோன்ற வார்த்தைக்கு ஒரு பொன்னுலகை, கற்பனையுலகை நம் கண்முன்னே உருவாக்குகிறது. நிகழ்வு நிஜத்திலிருந்து வேறுபட்டு தூரத்துப் பச்சையாய் இருக்கிறது.

மார்க்ஸின் சோசலிச யுகம், தொழிலாளர் வர்க்க பொன்னுலகத்தை அறிமுகப்படுத்தியது. தொழிலாளர் வர்க்கமாய் எழுந்து தொழிலாளர்

வர்க்க சர்வாதிகாரத்தை உருவாக்குவார்கள். அனைவரும் தொழிலாளர்களே. அனைவரும் சமமானவர்களே. ஒவ்வொருவரும் தங்கள் திறமைக்குத் தக்கதாய் பங்களிக்கவும், தேவைக்கு ஏற்பதாய் பெறுவதாயும் அமைந்துள்ள சோசலிச அச்சு, முன்னேற்றத்தையும், சமத்துவத்தையும் உற்பத்தி செய்யும். நீதி, வளர்ச்சி, கலை, இலக்கியம் எல்லாம் செழிக்கும். இப்படித்தான் ஒவ்வொரு சோசலிசவாதியும் நம்பினான். விரும்பினான். உண்மையில் ஒரு கட்சி ஆட்சி என்பது, கொடுமையான சர்வாதிகாரமாக மக்களை இறுக்கியது. கொள்கைக்காக, மக்களை பலியிடுவது, ஜனநாயக உரிமைகளைக் குறுக்குவது சரிதான் என்று சோசலிசம் தடம் புரண்டது. சோசலிசம் பெயரால் நடைபெறும் ஆட்சியை வீழ்த்த, மக்களே புரட்சி நடத்த வேண்டிய வரலாற்றுப் பிறழ்வு சோசலிச நாடுகளில் ஏற்பட்டது.

ஒவ்வொரு தனி மனிதனுக்கும் முழு உரிமை இருக்கிறது. சுதந்திரம் இருக்கிறது. சமத்துவம் என்ற பெயரால் அவன் சுதந்திர உரிமைகளை, ஜனநாயக வாயில்களை அழித்திடலாகாது. மனிதர்கள் ஒன்றாய்ப் பிறந்தாலும், அவர்கள் ஒவ்வொருவரிடமும் திறமைகள் தனித்தன்மையுடன் இருக்கின்றன. தன் திறமையின் மூலம், தன்னை வளர்த்து, சமூகத்தையும் வளர்ப்பதற்கு உதவுவதே முதலாளித்துவம். முதலாளித்துவம், தன் வளர்ச்சிப் பாதையில் சோசலிசத்தின் உயர் பண்புகளை தன்னகத்தே ஈர்த்துக் கொண்டது. அவற்றை தனதாக்கிக் கொண்டது. ஆனாலும், ஒரு சிலரின் நன்மை என்பதிலிருந்து, பெரும்பாலோரின் நன்மை என்ற அளவிற்கு முதலாளித்துவ ஜனநாயகம் வளர்ச்சியைத் தந்தது. சிலரின் வளர்ச்சிக்காக, பலரின் உழைப்பு உறிஞ்சப்பட்டது.

சோசலிசம் ஒரு கட்சியை வளர்த்தது. முதலாளித்துவம், சில பணக்கார தொழிலதிபர்களை வளர்த்தது.

சிலருக்காகவும், பலருக்காகவும், பெரும்பான்மையோருக்காகவும் என்றிருந்த ஆட்சி அமைப்பு முறையை அனைவருக்காகவும் என்ற விசால பார்வையை காந்தியடிகள் கண்ட சர்வோதயம் வழங்கியது.

அனைவரின் நலன் என்பது எதிலிருந்து ஆரம்பிக்கப்பட வேண்டும் என்பதில் காந்தியடிகள் மிகவும் கவனமாக, தெளிவாக இருக்கின்றார். சமூக ஏணியில் கடைசிப் படியிலிருக்கும் கடையரின் நலன்களை முதலில் உயர்த்துவதிலிருந்து அனைவரின் நலனாம் சர்வோதயம் உதிக்கிறது என்கிறார்.

"நான் இந்தியாவில் வாழும் ஏழை மக்களின் மகிழ்ச்சியான வறுமையற்ற வாழ்வுக்குத்தான் சுதந்திரப் போராட்டம் நடத்தி

வருகின்றேன்! ஏனென்றால் சுதந்திரம் அடைந்தால், ஏழை மக்களுக்கு சுதந்திர அரசு அதிக உதவி செய்ய முடியும். பணக்காரர்களைப் பற்றி எனக்குக் கவலையில்லை. அவர்கள் எந்த நிலையிலும் வாழத் தெரிந்தவர்கள். இந்திய நாடு முன்னேற வேண்டுமானால், இந்தியக் கிராமங்கள், முதலில் பொருளாதாரத்தில் முன்னேற வேண்டும். அங்குள்ள ஏழை மக்களின் வறுமையை ஒழித்துக் கட்ட வேண்டும். இல்லையென்றால் நாடு சுதந்திரம் அடைந்தும் பயனில்லாமல் போய்விடும். எனக்கு சொர்க்கலோகம் கிடைத்தாலும் அங்கு நான் அமைதியாக, ஆனந்தமாக இருக்க முடியாது. இந்தியாவில் ஏழை மக்கள் வறுமையாலும், பசியாலும் வாழ்ந்து கொண்டிருக்கும்போது, நான் எப்படி சொர்க்க வாழ்க்கையை அனுபவிக்க முடியும்? நான் பல பிறவிகள் எடுத்து, இந்தியக் கிராமங்களில் வாழும் ஏழை மக்களுக்கு பாடுபட விரும்புகின்றேன். அதில்தான் எனக்கு மகிழ்ச்சி ஏற்படும்" என்கிறார் காந்தியடிகள்.

ஹென்றி S.L. போலக் என்ற நண்பர், காந்தியடிகளுக்கு கடையரின் ஏற்றம் (Unto the Last) என்ற ஜான் ரஸ்கினின் நூலை, தென்னாப்பிரிக்காவில் ஜோகன்ஸ்பர்க் இரயில் நிலையத்தில் 1909ம் ஆண்டு காந்தியடிகளிடம் படிப்பதற்காகத் தந்தார். இரயில் பயணத்தின்போது, அந்தப் புத்தகம் காந்தியடிகளைப் புரட்டிப் போட்டது. இந்தப் புத்தகம் தன்னிடம் ஏற்படுத்திய தாக்கத்தை "ஒரு நூலின் மந்திரசக்தி" என்று காந்தியடிகள் தன் சுயசரிதையில் குறிப்பிட்டுள்ளார்.

இந்நூலிலிருந்து மூன்று கருத்துக்களைத் தாம் ஏற்றுக்கொண்டதாக குறிப்பிடுகின்றார்:

1. தனி நபரின் நலன் பொதுநலனில் அடங்கியுள்ளது.
2. ஒவ்வொரு வேலையும் சமமானதே. ஒரு வழக்கறிஞரின் வேலையும், ஒரு நாவிதரின் வேலையும் சம மதிப்புடையதே.
3. விவசாயிகளின் வேலையும், கைத்தொழிலாளியின் வேலையும் போற்றத்தக்கவையாகும்.

காந்தியடிகள் ஒரு விஞ்ஞானி. எதையும் பரீட்சித்துப் பார்த்து நம்புபவர். எனவே, இக்கருத்துக்களை நடைமுறைப்படுத்திப் பார்க்க டர்பனுக்கு அருகில், போனிக்ஸ் குடியிருப்பைத் தொடங்கினார். நூறு ஏக்கர் நிலத்தில் "இந்தியன் ஒப்பீனியன்" என்ற பத்திரிகை அச்சகமும், குடியிருப்புக்களும் அமைக்கப்பட்டன. அனைவருக்கும் ஒரே சீராக மாதம் மூன்று பவுன் ஊதியம் வழங்கப்பட்டது. அங்கே சர்வோதயம் பரீட்சித்துப் பார்க்கப்பட்டது.

தன்னலன், பொது நலன் இரண்டும் இணையும்போது அனைவரின் நலனை சர்வோதயம் உதிக்கிறது. பொதுநலத்தில் எப்போதும் தன்னலம் அடங்குகிறது.

சர்வோதயம் நடைமுறைப்படுத்த முடியுமா? பொது நலத்திற்காக மனிதன் தன்னலத்தை சற்றுப் பின்தள்ளி வைப்பானா? அனைத்து வேலைகளும் ஒரே மதிப்பை பெற முடியுமா?

இவையெல்லாம் பெரும் கேள்விகள்.

உலகில் பெரும் கேள்விகளுக்கெல்லாம், மிக எளிமையான தீர்வு உள்ளது. அது முயன்று பார்ப்பதுதான்!

எளிமை என்பதால் அதை எவரும் ஏற்றுக்கொள்ள முன் வருவதில்லை, சர்வோதயம் உட்பட.

16. ஞானி

முடியும் தாடியும் வளர்த்து, காட்டிடை வாழ்ந்து, மற்றவர்க்கு நல்வார்த்தைகளே வழங்கிக் கொண்டிருக்கும் ஒரு முதியவர்தான், ஞானி என்றவுடன் நம் கற்பனைத் திரையில் விரிகின்றார்.

வாழ்க்கையிலிருந்து விலகியிருப்பவர்தான் ஞானி என்று கருதுகிறோம்.

அசாதாரணத் தன்மை அவர்களிடம் நிலவுவதாய் ஏற்றுக்கொள் கிறோம்.

சில வார்த்தைகளே அவர்களிடமிருந்து வெளிப்படும். அவை அத்தனையும் எவரையும் நல்வழிப்படுத்தும் கருத்து முத்துக்களாயிருக்கும் என்று நினைத்துக் கொள்கிறோம்.

சரி, உங்கள் வாழ்வில் ஒரு ஞானியையாவது நீங்கள் சந்தித்திருக் கின்றீர்களா?

சடங்குகள் செய்யும் மதக் குருக்களையோ அல்லது அவர்களின் தலைவராயிருந்து, சட்டாம்பிள்ளைத்தனம் பண்ணும் மடாதிபதிகளையோ நீங்கள் ஞானியென்று கருதியிருக்கின்றீர்களா?

ஒன்று மட்டும் உண்மை. ஞானியைப் பார்ப்பது வெகு அரிதானது தான்.

ஞானம் என்றால் என்ன? அறிவின் தெளிவுதான் ஞானம்.

ஞானம் என்பது அறிவல்ல. அறிவினும் மேலானது. வாழ்வை வசமாக்கும் உண்மை ஞானம்.

அந்த உண்மைகளை வைத்திருக்கும் முதலாளி ஞானி ஆகிவிடுவ தில்லை.

உண்மைகளை அறிதல் ஒருநிலை.

உண்மைகளை வாழ்வின் இயல்பாக்குதல் உயர்வான மற்றொரு நிலை.

உரைக்கும் உண்மைகளை, வாழ்வின் நடைமுறையாக்கும்போது, அந்தச் சங்கமத்தின் ஒளியில் ஒரு ஞானி உருவாகிறார்.

சொல்லும் செயலுக்கும் இடைவெளி இல்லாமல் சொன்னதை நடைமுறையாக்கிய பெருந்தகையே ஞானி.

"போதகர்களைப் பார்க்காதீர்கள். அவர்கள் என்னென்ன செய்யும்படி உங்களிடம் கூறுகிறார்களோ, அவற்றையெல்லாம் கடைபிடித்து நடந்து வாருங்கள். ஆனால் அவர்கள் செய்வது போல நீங்கள் செய்யாதீர்கள். ஏனெனில் அவர்கள் சொல்வார்கள். செயலில் காட்ட மாட்டார்கள். சுமத்தற்கரிய பளுவான சுமைகளைக் கூட்டி மக்களின் தோளில் அவர்கள் வைக்கிறார்கள். ஆனால் தங்கள் விரலால் தொட்டு அசைக்கக் கூட முன்வர மாட்டார்கள்" என்று இயேசுநாதர், இரண்டாயிரம் வருடங்களுக்கு முன்பிருந்த மதவாதிகளைப் பற்றி மக்களிடம் சொல்கின்றார். இன்று வரை அவர்கள் மாறவில்லை.

அன்றாடம் பூக்கும் மலர்களைப் போல, ஞானிகள் உலகில் தோன்றுவதில்லை. அவர்கள் குறிஞ்சியாய், அபூர்வமாய் தோன்று வார்கள்.

அவர்களையும், உலகம் தேடிக் கண்டுபிடித்துக் கொண்டாடுவதற்குள் காலந்தாழ்ந்து விடுகிறது.

பிரபலமான ஒருவர் கதாகாலக்ஷேபம் நடத்திக் கொண்டிருந்தார். மிகப் பெரிய கூட்டம். "உலகில் எல்லாமே பிரம்மம். நீயும் பிரம்மம், நானும் பிரம்மம். எதிரிலேயிருக்கும் மரம் பிரம்மம். பிரம்மத்திற்குள் வேறுபாடில்லை. ஒரு பிரம்மம் இன்னொன்றைப் பார்த்து பயமுறுத்தவோ, அல்லது பயப்படவோ தேவையில்லை"யென்று பிளந்து கட்டினார்.

அருகிலிருந்த கோயில் யானைக்கு, இவர் பேச்சைக் கேட்டதாலோ என்னமோ மதம் பிடித்துவிட்டது. சங்கிலியை அறுத்துக் கொண்டு கூட்டத்தை நோக்கி ஓடிவந்தது. எல்லோருக்கும் முன்னதாக, பிரசங்கி எழுந்து ஓடினார். இவர் மேலே போட்டிருந்த அங்கவஸ்திரத்தைப் பார்த்தோ என்னவோ, யானை அவரைத் துரத்தியது. துரத்திக் கொண்டு ஊர் எல்லைக்கே கொண்டு வந்துவிட்டது. ஓடிய ஓட்டத்தில் அவர் எதிரேயிருந்த கிணற்றினுள் விழுந்துவிட்டார். யானை சிறிது நேரம் நின்று விட்டுப் போய்விட்டது.

யானையை பின்தொடர்ந்து வந்த இளைஞன் கிணற்றருகில் வந்து எட்டிப் பார்த்தான். "தம்பி, என்னைக் காப்பாற்று" என்று இவர் கேட்டார். "எனக்கொரு சந்தேகம். அதைத் தீர்த்து வையுங்கள்" என்றான்.

"அடத் தம்பி, சந்தேகம் கேட்கும் நேரமா, கேட்டுத் தொலை" என்றார்.

"எல்லாம் பிரம்மம். ஒரு பிரம்மம் இன்னொரு பிரம்மத்தைப் பார்த்து பயப்படக்கூடாது" என்றீர்கள். பின் யானையைப் பார்த்து, ஏன் பயந்து ஓடினீர்கள்" என்றான்.

"தம்பி தெரியாமல், எங்கோ படித்ததைச் சொல்லி வந்தேன். இப்போது என்னைக் காப்பாற்று" என்றார்.

தெரிந்ததைச் சொல்பவன் அறிவாளி, பண்டிதன்.

தன்னை உணர்ந்தவன் ஞானி.

உணர்ந்து அறிவிப்பவன் ஞானி.

ஓதியதை வாழ்க்கையாய்க் கொள்பவன் ஞானி.

ஞானியின் கண்களில் சலனமில்லை. மனம் மகிழ்வில் ஊஞ்சலாடிக் கொண்டிருக்கும் அருகில் செல்ல, நாமே நல்ல அதிர்வுகளை உணர முடியும். சொல்லும் செயலும் ஒரே திக்கில் பயணிக்கும் ஞானி நமக்குக் கிடைத்த கொடை.

சிறு வயதில் நான் கேட்ட கதை இது. என் அப்பா ஆசிரியர். ஆங்கில பாடத்தை பையன்களுக்கு வீட்டில் வைத்து டியூசன் எடுப்பார்கள். அப்போது அவர்கள் சொன்ன கதை இது.

ஒரு மதக் குருவானவர் கோயிலருகே வசித்து வருகின்றார். இரவில் திருடன் ஒருவன் அவர் அறைக்குள் நுழைந்து எதையாவது கொண்டு போக தடவுகிறான். இவர் எழுந்து, அவன் கையைப் பிடித்து, "விளக்கைக் கொளுத்துகிறேன். வேண்டியதை எடுத்துப்போ" என்கிறார்.

விளக்கின் ஒளியில் திருடுவதற்கு எதுவுமில்லை. அந்த விளக்கையே எடுத்துக் கொடுத்து அனுப்புகிறார். அடுத்த நாள் அவன் வேறொரு திருட்டில் பிடிபட்டுக் கொள்கிறான். இந்த விளக்கு குருவினுடையது என்று தெரிந்ததும் காவல் அதிகாரி அவனையுங் கூட்டிக் கொண்டு, அந்த விளக்கோடு அங்கு வருகின்றார்.

"இந்த விளக்கை உங்களிடமிருந்து இவன் திருடினான் தானே" என்று கேட்டார்.

அவரோ, எந்த தயக்கமுமில்லாமல், "இதை இவனுக்கு நான்தான் நேற்றுக் கொடுத்தேன். இவன் திருடனில்லை" என்றார். இவர்தான் ஞானி.

வாழ்வை நேசிக்கின்றவர்கள், மனிதர்களை நேசிக்கின்றவர்கள்தான் ஞானிகள். அவர்களின் உலகில் கலகம் இல்லை. தீமை இல்லை. தொல்லை இல்லை.

எல்லாம் இன்பமயம் என்பதை அனுபவிக்கின்றார்கள்.

இப்படி ஒரு ஞானியைத்தான் நானும் நீங்களும் தேடுகின்றோம்.

அத்தான காட்டிற்குள் போய் புலிப் பால் கறந்து செம்பில் கொண்டு வருவது போல இது கடினந்தான்.

தேவைதான் மனிதனை செயல்பட வைக்கிறது.

வெளியே ஞானி இல்லையென்றால் உள்ளே நம்மில் தேடலாமே?

ஞானியாக நாம் முயற்சிக்கலாமே.

ஒரு செடி அரும்பு வைக்கட்டும்!

17. துணை

தனியேதான் வந்தான். தனியேதான் போகிறான். இதில் துணை என்ன வேண்டியிருக்கிறது?

ஆனாலும் இருப்பதற்கு துணை வேண்டியிருக்கிறது. கொடுந் தண்டனையென்பது, துணையைப் பிரிந்து இருப்பதுதான். அதைத்தான் நம் ஜெயில்கள் செய்து கொண்டிருக்கின்றன.

சமூகக் குழந்தையான மனிதன், மற்றவர்கள் நிழல்களிலிருந்து பிரிவதற்கு எப்போதும் விரும்புவதில்லை.

சிறையில், தனியறையில் உட்கார்ந்திருக்கும் மனிதனுக்கு, ஒரு நாயின் குரைப்பு எவ்வளவோ உணர்ச்சிகளைக் கொண்டு வருகின்றது. ஒரு மனிதனின் சிரிப்பைக் கேட்க முடிந்தால், அன்றைய நாளே உற்சாகமாகப் போகிறது.

மனிதத் துணையை எப்போதும் எந்த நிலையிலும் மனிதர்கள் விரும்புகின்றனர்.

மனிதர்களின் பிடுங்கல்களிலிருந்து விலகி, ஒரு காட்டில் தனியே உட்கார்ந்தால் நன்றாயிருக்கும் என்று பல வேளைகளில் நாம் ஆசைப்படுவதுண்டு. சில வேளைகளில் அதுபோல வாய்ப்பும் கிடைக்கிறது. எங்கோ ஒரு மலையடிவாரத்தில், அருவிக் கொட்டும் தூரத்தில், தனிக்குடிசையில் வாசம் செய்யும் வாய்ப்புக் கிடைக்கிறது. ஆனால் இரண்டாம் நாள், மனம் மானிடத் துணைக்காக ஏங்க ஆரம்பித்து விடுகிறது.

தனிமையைப் போன்ற கொடுமையை வேறு எதுவும் மனிதனுக்கு தர முடியாது. விஷத்தை விடக் கொடியதானது தனிமை.

மானுடத் துணைதான், நட்பு என்றும், உறவு என்றும், குடும்பம் என்றும், நாடு என்றும் பல வடிவங்களில் வெளிப்படுகின்றது. ஒருவரை ஒருவர் சார்ந்திருப்பதில்தான் எவ்வளவு மகிழ்ச்சியடைகிறோம்!

அன்பு என்பதற்கு இன்னொரு பெயர்தான் துணையின் மீது காட்டும் நேசம்.

அன்பு இருக்கின்றபோதுதான், துணை என்பதற்கு அர்த்தம் இருக்கின்றது.

அன்பாயிருப்பதற்கும், அன்பு செலுத்தப்படுவதற்கும் மனிதன் விரும்புகின்றான்.

அவன் மகிழ்வாயிருக்கும் தருணங்கள், தன் துணையிடம் அன்பு செலுத்தப்படும் நேரங்கள்தான்.

தேடும் துணையில் மிக உயர்ந்தது கணவன் அல்லது மனைவி என்ற துணைதான். இன்னும் உறவுகளை உருவாக்கும் ஒரு துணை இதுதான்.

உறவின் வித்தே கணவன் மனைவி உறவுதான்.

திருமணம் என்ற பந்தத்தின் மேல் இந்த உறவு வலுப்படுகின்றது.

சாறும் இனிமையும் கரும்பில் சேர்ந்தே இருப்பது போல, உறவின் இன்பமும் அன்பும் சேர்ந்தே திருமண வாழ்வில் இருக்கின்றன.

இந்தத் திருமணக் கோட்டைக்குள் நுழைவதற்கு, வெளியே இருப்பவர்கள் உள்ளே நுழையத் துடிக்கின்றார்கள். உள்ளே இருப்பவர்கள் வெளியே வந்துவிடலாமா என்று யோசித்துக் கொண்டிருப்பார்கள்.

திருமணம் சொர்க்கத்தில் நிச்சயிக்கப்படுகிறது என்று சொல்கின்றார்கள். அது உண்மையோ, பொய்யோ தெரியவில்லை. சொர்க்கத்தில் நிச்சயிக்கப்பட்ட ஒன்று, சில வேளைகளில் அவ்வளவு மோசமாக இருக்குமா என்ன? ஆனாலும் ஒன்று தெரியும். நம் வாழ்க்கை, சொர்க்கமாக இருக்குமா, அல்லது நரகமாக இருக்குமா என்பதை திருமணம் நிச்சயித்து விடுகிறது.

உங்கள் துணை, உங்களின் சொர்க்கத்திற்கோ, நரகத்திற்கோ வழிவிடும் வாயிலாக இருக்கின்றார்கள். வாழ்க்கை வரமா, சாபமா என்பதைத் தீர்மானிக்கிறார்கள்.

நம் துணை என்பது, நம் பிரதிபலிப்புத் தான். நாம் எப்படியிருக்கிறோமோ, அப்படி நம் துணையிருக்கின்றார்கள். அவளால், அவரால் தான் இந்த வாழ்வில் மகிழ்வில்லை என்பது, நூற்றுக்கு தொண்ணூறு சதம் பொய். இது தன் குறைக்கு மற்றவர் மேல் பழிபோடும் இலகுவான வழி. குறுக்கு வழிகள் பெரும்பாலும் தவறான வழியாக இருப்பது போல இதுவும் தவறானதுதான்.

என் வாழ்விற்கு நான் பொறுப்பு என்ற உணர்வு வராமல், என் துன்பத்திற்கு மற்றவர் பொறுப்பு என்பது நம்மை நாமே ஏமாற்றும் விளையாட்டு.

என் துணையோடு இணைந்து வாழ்வது என் பொறுப்பு என்று தீர்மானித்தால், மணவாழ்க்கை மகிழ்வான வாழ்க்கையாக மாறும் என்பது உறுதி.

திருமண வாழ்க்கையென்பது இருவரின் நட்பை வளர்த்து, மகிழ்வைப் பெருக்கும் வாய்ப்பு.

இந்தியாவில் திருமண முறிவு குறைவாக இருக்கின்றது. எனவே தம்பதியர் மகிழ்வுடன் வாழுகின்றனர் என்று நம் தோளில் நாமே தட்டிக் கொள்கின்றோம்.

உண்மையில் தம்பதியர் மகிழ்வாக இருக்கின்றார்களா? நட்பு, ஆத்மார்த்த உறவு நீடிக்கிறதா?

பொருளாதாரம், சமூகக் கட்டுப்பாடு, குழந்தைகள் என்ற காரணத்திற்காக, திருமண உறவுகள் நீளுகின்றன. நட்பு குறைவாகவும், எதார்த்த பயம் அதிகமானதாலும் முறிவுக்கு அதிகம் பேர் செல்வதில்லை.

திருமணம் என்பது ஒரு வசதிக்காக என்பதுதான் பெரும்பாலோர் நிலை. திருமணம் என்பது நேசத்திற்காக என்ற நிலை வருகின்றபோது தான் அதன் முழு பரிமாணத்தை உணர முடியும்.

உன்னை நான் பொறுத்துக் கொள்கிறேன். என்னை நீ பொறுத்துக் கொள். உன் எல்லையிது. என் எல்லையிது. ஏதோ ஒரு கூரையின் கீழ் சக மனிதர்களாய் வாழ்ந்து வருவதற்கான வசதிக்கான திருமணம்.

ஒருவரை ஏற்றுக்கொள்வதில்லை. இயைந்து உறவு கொள்வதில்லை. வெளி உலகிற்காய் தங்களை தாங்களே சிறை கொண்ட வாழ்க்கை. இந்த வாழ்வால் என்ன பயன்?

நேசம் வலுவடைகின்றபோது, ஒருவருக்காக ஒருவர் என்ற பகிர்தல் உணர்வு பெருகுகின்றது.

கணவனையோ, மனைவியையோ பொருளாக பார்க்காமல் உடலாக காணாமல், நெருங்கிய உயிராக பார்ப்பதில் நேசம் உண்டாகிறது.

என் நெருங்கிய உறவினர் என்னோடு பேசிக்கொண்டிருக்கும்போது காதோடு சொன்னார்.

"எனக்கு முன்னால் அவள் போய்விடக் கூடாது. அதுதான் என் பிரார்த்தனை. அப்படியென்றால், நான் ரொம்பக் கஷ்டப்படுவேன்" என்றார்.

இதுதான் வசதிக்கான கல்யாணம். இதைத் தாண்டிய நேசத்திற்கான கல்யாணம் என்ற நிலை, பெரும்பாலும் கல்யாணம் ஆகி 20 அல்லது 25 வருடங்கள் பின்னர் உருவாகிறது. நான் எனது என்ற நிலை மங்கி, நமது என்ற உணர்வு அந்த வயதில் தான் வருகிறது.

குறை பார்க்காமல், வாழ்வின் துணையை நேசிக்கும் மனோபாவம் இருக்கிறதென்றால், அதுதான் திருமணத்தின் வெற்றி மட்டுமல்ல, உங்களின் மிகப் பெரிய வெற்றி. துணைக்கு நாமும் துணையாகின்றபோது அற்புதமான, அன்பான இணையாக இருவரும் ஆகின்றோம்.

18. நாடு

நாடு என்றவுடன் பல்வேறு உணர்வுகள் நாம் இருக்கும் சூழ்நிலை பொறுத்து உருவாகின்றன.

வேற்று நாட்டில் இருக்கும்போது சொந்த நாட்டின் மீது அவ்வளவு பாசமும், நேசமும் உண்டாகின்றன.

நாட்டிற்கு ஆபத்து வரும்போது, நாட்டின் மீது அதீதமான பக்தி வந்துவிடுகிறது.

ஆனால், சின்ன சின்ன காரியங்கள் நடக்காமல் போகும்போது, இந்த நாடு உருப்படாது, ஒன்றுக்கும் லாயக்கில்லாதது என்று பழிக்கத் தோன்றுகிறது.

மகத்தான சாதனை ஒன்று நிகழ்ந்து விட்டபோது, என் நாட்டிற்கு ஈடு இணையேது என்று பெருமை மேலிடுகிறது.

நாடு, நாடாகத்தானிருக்கிறது. நம் பார்வை, நாம் இருக்கும் சூழலுக்கு ஏற்ப, பரிசீலிப்பு வித்தியாசமாக இருக்கிறது.

இந்த நாடு என்பது என்ன?

இந்திய நாடு என்பது என்ன? ஆங்கிலேயர்கள் வருவதற்கு முன்பு இந்திய நாடு இருந்ததா?

இந்தியத் துணைக்கண்டம் என்பதை இந்தியா என்ற ஒரு நாடாக்கிய பெருமை நம்மை விட ஆங்கிலேயர்களுக்கு அதிகம்.

இந்தியா என்ற பெயர் சில நூற்றாண்டுகளுக்கு முன்பு வழங்கப் பட்டதுதான்.

ஆனாலும் பரந்த இந்த நாட்டை நாம் நேசிக்கிறோம். அதன் மக்கள் என்ற வகையில் பெருமைப்படுகிறோம். அதன் எதிரிகளை நாமும் வெறுக்கிறோம்.

நாடு என்பது ஒரு பூகோள எல்லை என்ற அளவில் மட்டும் இல்லை.

நாடு நம் பிறப்பின் அடையாளம்.

நம் வாழ்வின் முகவரி.

மனித உறவின் எல்லை.

அரசியல் உரிமைகளை அனுபவிக்கும் தோட்டம்.

இது என் இடம் என்ற உரிமையின் எல்லைக்கோடு, மனிதர்களுக்கும் உண்டு. மிருகங்களுக்கும் உண்டு.

நாய்கள் சிறுநீர் கழிப்பது தன் எல்லையை நிர்ணயிக்கும் ஒரு வெளிப்பாடு. தன் தெருவுக்குள் ஒரு புதிய நாய் வந்துவிட்டது என்றால் விரட்டிக்கொண்டே போகும். ஒரு திருப்பம் அல்லது வீடு வரை விரட்டி விட்டு நின்றுவிடும். அதுதான் அதன் எல்லைக்கோடு. அதற்குப் பின்னால் அது தன் உரிமையை பிரயோகிக்க நினைப்பதில்லை. நினைத்தாலும் இன்னொரு நாய் தடுத்து நிறுத்திவிடும்.

குயில்கள் கூவுவது நமக்கு கவிதை உணர்வைத் தருவதற்காக அல்ல. ஒன்று தன் துணையைக் கூப்பிடுவதற்கோ அல்லது மற்ற ஆணிற்கு இது என் எல்லை என்பதை எச்சரித்துக் காண்பிப்பதற்கு குரல் கொடுக்கிறது.

சிங்கம் கர்ஜிக்கிறது என்பது தன் எல்லையை உறுதிப்படுத்துவதற்குத்தான்.

ஒவ்வொரு மனிதனும் எல்லைக்கோடான நாட்டை, தன் வீட்டைப் போல நேசிக்கின்றான்.

நாடு என்பதன் மதிப்பை, நாடிழந்தவர்களிடம் கேட்க வேண்டும்.

நாடிழந்த மக்களான நம் இலங்கைத் தமிழர்கள், அகதிகளாய் உலகம் பூராவும் தஞ்சமாக சென்றிருக்கின்றார்கள். தன் பிறந்த நாடு யாது என்ற கேள்வி அவர்களை உலுக்கிக் கொண்டுதானிருக்கிறது. எவ்வளவுதான் வசதியாக, புது நாட்டில் வாழ்ந்தாலும், தானோர் அகதி, தான் இங்கு உரிமையாளன் இல்லையென்ற நினைவு அவர்களை உறுத்துவது போல வேறேதும் உறுத்துவதில்லை.

அகதியென்றால் நாடில்லா பிச்சைக்காரர்கள் என்ற நினைப்பு தரும் காயம் வலி தரக்கூடியது.

எனக்கென்று நாடில்லையென்பது, மரத்திலிருந்து வெட்டப்பட்ட கிளையின் புலம்பலாகும்.

யூதர்கள் உலகில் மிகவும் திறமையானவர்கள். புத்திசாலிகள். பணத்தை ஈட்டவும் பெருக்கவும் வழியறிந்தவர்கள். வரலாற்று ரீதியாக 2000 வருடத்திற்கு மேல், தங்களுக்கென்று ஒரு நாடு இல்லையெனும்

குறையைச் சுமந்து திரிபவர்கள். தங்களுக்கு மீட்பர் (மெசியா) இன்னும் வரவில்லையென்று, சுவரில் மோதுபவர்கள். (கிறிஸ்துவை மெசியாவாக அவர்கள் ஏற்றுக்கொள்ளவில்லை) கூடவே தங்களுக்கென்று, போராட, பாராட்ட, திட்ட, உறவு கொள்ள ஒரு நாடில்லையே என்பது அவர்களின் நீண்ட நெடுங்கால பெருமூச்சு, பேராசை. இரண்டாம் உலகப் போர் முடிந்தவுடன், பாலஸ்தீனத்திலிருந்து நாட்டை வெட்டி இஸ்ரேலை உருவாக்கி யூதர்களுக்கு வழங்கியது வல்லரசுகள்.

புதிதாய்க் கிடைத்த நாட்டை எப்படியேனும் தக்க வைத்துக் கொள்ள வேண்டும் என்பதற்காக போராடிப் பாடுபடும் யூதர்கள். தங்கள் நாட்டை இழந்து, சொந்த நாட்டிலே அகதிகள் முகாமிலே வாழும் பாலஸ்தீனர்கள் வன்முறையிலாவது பாடுபடத் துடிக்கின்றார்கள். இதுதான் நாடு மீது கொண்ட மோகம்.

நாடு என்ற நிலப்பரப்பு, நிரந்தரத் தாவாவாகும்போது, இருவருக்கும் அமைதி நீங்குகிறது.

ஒரு அரசியல் கோடு என்பது நாட்டின் எல்லையாக விழுந்ததும், அப்பால் இருக்கும் அண்டை நாட்டுக்காரர்கள், வேறு வேறு என்றாகி விடுகின்றார்கள்.

இந்தியா, பாகிஸ்தான் என்பது 1947 வரை ஒரே நாடுதான். நாம் அனைவரும் ஒரு நாட்டின் மக்களாகத்தானிருந்தோம். அரசியல் பிரிவினை நம்மை பங்காளிகளாக, போராளிகளாக, காரணமில்லாமல் ஒருவர் ஒருவரை வெறுப்பவர்களாக மாற்றிவிட்டது. ஒரே கிராமம், மண், தண்ணீர், தட்பவெப்பநிலை, உணவு, கலை, வரலாறு என்றிருந் தாலும் ஒருவரை ஒருவர் எவ்வளவு அவநம்பிக்கையுடன் பார்க்கிறோம். இசைந்திருப்பதற்கு காரணங்கள் வெகுவாய் இருப்பினும் போரிடுவதற்கு முகாந்திரங்கள் தேடிக் கொண்டிருக்கும் நிலை, நாடு என்ற மாயத்திரை விளைவித்த மோசம்.

இந்தியா, பாகிஸ்தான் இரு நாட்டின் எல்லைகளிலும் பெரும்பாலும் மின்சார முள்வேலியால் நாம் வரப்பு போட்டுவிட்டோம். அமிர்தசரஸ் நகர் அருகிலே, வாகா எல்லை உள்ளது. கேட்டுக்கு இந்தப் பக்கம் இந்தியா. அந்தப் பக்கம் பாகிஸ்தான். எல்லையருகே, ஒரு நான்கடி அளவில் ஒரு வளைவு இருக்கும். அது பாகிஸ்தான் நிலம். அதில் போய் நாம் நிற்கலாம். எல்லோரும் நிற்பார்கள். அதை மிதிக்கும்போது, பாகிஸ்தானுக்குள் கால் பதித்துவிட்டோம் என்ற உணர்வு ஏற்படுகிறது.

நாடு நம்மை அந்த அளவிற்கு கத்தரித்து வேற்று மனிதர் போல மாற்றிவிடுகிறது.

இந்த நாடு என்ற எல்லைக்கோடுகள் இயற்கையாய் எழுந்ததா அல்லது வரலாற்று அரசியல் காரணங்கள் ஏற்படுத்திய பிளவுகளா? கண்டிப்பாய் இந்த நாடு என்று இயற்கை, பூகோளம் பிரிக்கவில்லை. ஆதிக்க மனித மனோபாவத்தின் வேடிக்கை தான் நாடு என்ற பூகோளப் பிரிவினைகள்.

சிறு வயதில் பூகோளம் படிக்கும்போது கடக ரேகை, மத்திய ரேகை, தக்ஷிண ரேகையென்று பூமியைப் பகுத்து கோடு போட்டிருப்பதாய் பூகோளப்படம் தெரியும். உண்மையிலேயே புலிக்கு வரி போட்டதாய் பூமியிலும் கோடுகள் ஒட்டிக் கொண்டிருந்தன என்று நான் நினைத்ததுண்டு. நம் வசதிக்காய், அளந்து ஏற்படுத்திக் கொண்ட கற்பனைக் கோடுதான் அது. பின்புதான் இந்த விவரம் புரிந்தது.

நாட்டின் எல்லைகளும் அவ்வாறுதான் ஒரு நதியையொட்டியோ, மலையை ஒட்டியோ, அல்லது ஒரு நேர்க்கோடு போல கடலாலோ எல்லைகள் உருவாகி நம்மையும் பிரித்து நிற்கின்றன.

ஊர் என்ற அளவில் குறுகியிருந்த மனிதன் நாடு என்ற அளவிற்கு மனரீதியாக உறவு அளவில் வளர்ந்திருக்கிறான். 190க்கும் மேலான நாடுகள் இன்று ஐக்கிய நாடுகள் சபையில் உறுப்பினர்களாக இருக்கின்றன.

நாடு என்ற மனிதப் பொறிக்குள் நம்மை அடைத்துக் கொண்டு, என் பொறிதான் சிறந்தது என்று போர்க்குரல் எழுப்புவது சரிதானா?

நாடு என்ற எல்லையை மீறி வையத்தின் மனிதன் என்ற நாடுகளற்ற நாடாய் இந்த வையகம் முழுமையும் பார்க்கும் பார்வை வருமா?

அறிந்தோ அறியாமலோ, அந்தக் காலத்தை நோக்கிப் போய்க் கொண்டிருக்கிறோம்.

நாடு என்ற குறுகிய எல்லைகள் நொறுங்கி, வையம் என்ற உருண்டைக்குள் எல்லையற்று வாழும் நாள் வந்தே தீரும்.

மனிதன் வளருகின்றான்; முன்னேறுகின்றான், இதை நோக்கி!

19. யுகம்

கடந்த யுகம் என்பது பொன்மயமானது. அது பொற்காலம். அதன் மீது விநோதமான ஈர்ப்பை இன்று வாழும் மனிதர்கள் கொண்டிருக்கின்றார்கள்.

சங்க காலத்தில் தமிழர்கள், பாலும் தேனும் பொழிய, யாதும் ஊரே யாவரும் கேளிர் என்பதை நடைமுறையாகக் கொண்டு, சான்றோர் சொற்படி, கலை இலக்கியத்தில் திளைத்து வாழ்ந்தார்கள் என்று நம்பி அதை நம் சமூகத்தின் பொற்காலம் என்று மகிழ்ந்து போகிறோம்.

வானத்தில் கருமேகம் படர்ந்து, சூரியனை மறைக்கிறது. வானமெங்கும் இருள். கதிரவனின் ஒளி, மேகத்தின் விளிம்புகளில் பட்டு ஜொலிக்கிறது. மொத்த இருளை விட்டு இந்தப் பிரகாசம் தான் நம்மை கவர்ந்துவிடுகின்றது.

அதுபோலத்தான் பழமையின் கவர்ச்சி. என் தாத்தா பாட்டி சொல்லக் கேட்கின்றேன். 'எங்கள் காலத்திலே இப்படியெல்லாம் கிடையாது. ஒண்ணுக்கொண்ணா எவ்வளவு நெருக்கமா நாங்களிருப்போம். இப்போது மாதிரியா' என்று அலுத்துக் கொள்வார்கள்.

பழமை என்றாலே அது உயர்ந்தது என்பது போன்ற உணர்வு. மியூசியம் போய் பார்த்துவிட்டு, "ஆகா அந்தக் காலம் எவ்வளவு உயர்ந்தது. இப்போது கேடுகெட்ட காலத்தில் வாழ்கிறோமே" என்று வார்த்தைகளை விளாசுவது போலத்தான்.

இது இந்தக் காலத்தில் மட்டுமல்ல, தொன்று தொட்டு மனிதனின் பிறவிக் குணம். அந்தக் காலத்துப் பாடல்கள் போல இந்தக் காலத்துப் பாடல்கள் வருமா? என்று சொல்வது போல! இன்றைக்கு நமக்குக் கிடைத்த மிகப் பழமையான எழுத்துக்கள், "பிரிஸ் பேபிரஸ்" ஆயிரம் வருடங்களுக்கு முற்பட்டது. அது இவ்வாறு தொடங்குகிறது.

"ஐயோ! அந்தக் காலம் இப்போது போல மோசமாக இருந்ததில்லை."

ஆயிரம் ஆண்டுகளுக்கு முன்பும் மனிதர்கள் அவ்வாறுதான் இருந்திருக்கின்றார்கள். இன்றும் அவ்வாறுதான் இருக்கின்றார்கள். மனிதன் மாறவில்லை.

ஒவ்வொருவரும் தங்கள் வாழுங்காலத்தைப் பற்றி மிக நம்பிக்கை யற்றதாக, இருள்மயமானதாக, மோசமானதாகவே கற்பனைப் பண்ணிக் கொள்கின்றார்கள்.

தொழிற்சங்கத்திலேயே பல தலைவர்கள் இவ்வாறுதான் பேச ஆரம்பிப்பார்கள். "தோழர்களே! நாம் ஒரு மிக இக்கட்டான சூழ்நிலையில் கூடியிருக்கிறோம்" (Meeting at a critical time) 35 வருட தொழிற்சங்க அனுபவத்தில் எவ்வளவோ மாறியிருக்கிறது. ஆனால் தொழிற்சங்க தலைவர்களின் ஆரம்ப வார்த்தைகள் மாறவேயில்லை.

அவர்கள் மட்டுமல்ல, ஒவ்வொரு தலைமுறையும் தான் வாழுங் காலத்தை எதிர்மறை உணர்வுகளுடன் தான் மதிப்பிடுகின்றார்கள். பதினாறாம் நூற்றாண்டு ஐரோப்பாவின் மறுமலர்ச்சிக் காலம் என்கிறது வரலாறு. அப்போது வாழ்ந்த ஏராஸ்மஸ் "இந்த யுகத்தின் கழிவுப் பொருள்" என்று அக்காலத்தை அழைத்ததாக விக்டர் ஹீயுகோ குறிப்பிடுகின்றார்.

பதினேழாம் நூற்றாண்டு விஞ்ஞான கண்டுபிடிப்புக்கள், சாகசங்கள் நிகழ்ந்த நூற்றாண்டு. அப்போது வாழ்ந்த போசட் அதை, "கெட்ட அற்பத்தனமான காலகட்டம்" என்று வருணிக்கின்றார்.

பதினெட்டாம் நூற்றாண்டில், பிரெஞ்சுப் புரட்சி, அமெரிக்கச் சுதந்திரப் போராட்ட வெற்றி என்று கொண்டாடுகின்றோம். ஆனால் ரூசோ கூட, 'இந்த அழுகிய காலகட்டத்தில் வாழ்கின்றோம்' என்று குறைபட்டுக் கொண்டார்.

பழைய காலம் பொற்காலம் என்று பேசும் பெருசுகளைக் கொஞ்சம் கேளுங்கள். இன்று அவர்கள் வீட்டில் உட்கார்ந்து, ஈ.சி. சேரில் சாய்ந்து கொண்டு, பத்திரிகையைப் படித்துக் கொண்டு ஏ.சி.யைப் போட்டுக் கொண்டு, பாட்டுக் கேட்டுக் கொண்டிருப்பார்கள். "உங்கள் பழைய கிராமத்திற்கு பழைய வீட்டிற்கு, பழைய காலத்திற்கு போகிறீர்களா" என்று கேட்டுப் பாருங்கள். உண்மைத் தானே வெளிவரும்.

பல பக்தர்களைப் பார்த்திருப்பீர்கள். 'பெருமாளே, பெருமாளே, உன்னைப் பார்க்கணும், உன்னைச் சேரணும்' என்று உருகிடுவார்கள். "வா பக்தா, இனி என்னோடு வைகுண்டம் வந்துவிடு" என்று ஒருநாள் பெருமாள் சொல்லட்டும். "போதுமடா சாமி" என்று அவர்கள் அந்த நொடியில் ஓட்டம் பிடித்து விட மாட்டார்களா என்ன?

எல்லோரும் சொர்க்கத்துக்குப் போக ஆசைப்படுகிறார்கள். சாகத்தான் யாரும் தயாராயில்லை.

பழைய காலம் போல் வருமா என்று சொல்வது ஒரு பேச்சுப்பாணி. ஒரு பேஷன். அவ்வளவுதான். ஒரு வைகுண்ட ஆசை.

மனித குலம், ஒவ்வொரு காலகட்டத்திலும் முன்னேற்றத்தின் பாதையில்தான் இருக்கிறது.

மாலை இருள் போல பின்னடைவுகள், வீழ்தல், ஆபத்துக்கள் தோன்றித்தானிருக்கின்றன. அவை ஒவ்வொன்றிலிருந்தும், விடுவித்துக் கொண்டு உருவாகும் வாய்ப்பை பயன்படுத்திக் கொண்டு மனிதன் எப்போது புதிய விடியலை அடைகின்றான்.

கண்டிப்பாக நேற்றை விட இன்று வையம் முன்னேறித் தானிருக் கிறது.

அதிலும் நம் காலங்களில், உலகம், சமூகம், பொருளாதாரம், அறிவு, விஞ்ஞானம், தொழில் நுணுக்கம், வசதிகள் என்பவற்றில் என்றுமில்லாமல் முன்னேறியிருக்கின்றது.

ஜனநாயகமும், திடமான உரிமைகளும், அனைவருக்கும் சமவாய்ப்பு, கல்வி வாய்ப்பு போர்களற்ற பாதுகாப்பு நம் வாழ்வை, எந்தக் காலத்திலும் நம் முன்னவர்கள் கண்டிராத வசந்த காலத்தை நமக்கு உருவாக்கியிருக்கிறது.

நம் நாட்டில், பால்ய விவாகம் ஏன் நடைமுறையானது? பெண்களுக்கு பாதுகாப்பில்லை என்ற சமூக காரணங்களுக்காக, அந்த வடிவம் எடுத்தது. இன்று நம் பெண்கள் எங்கெல்லாம் தனியே போய் வருகின்றார்கள். நம் குழந்தைகள் மிகவும் துணிச்சலாய், அமெரிக்கா, ஆஸ்திரேலியா போய் படித்து பத்திரமாக வருகின்றார்கள். நம் யுகம் நன்றான யுகம். மனிதர்கள் இதுவரை காணாத யுகந்தான். பெருமைப்படக் கூடிய யுகந்தான்.

நாம் எப்போதும் நம் நினைவில் பதித்துக் கொள்ள வேண்டிய உண்மை இதுதான். ‘மனித சமூகம் எப்போதும் மேல் நோக்கியே செல்லும். சில பள்ளங்களில் தவறி விழுந்தாலும் அது மேல் நோக்கியப் பயணத்தில் மீண்டும் எழுந்து செல்லும்.’

ஆனாலும் நாம், முன்னேற்றத்தின் இறுதி கட்டத்தை அடைந்து விட்டோம். நாகரிகத்தின் உச்சியை எட்டிப் பிடித்து விட்டோம் என்று கூற முடியாது.

பல வெற்றிகளை பின்வரும் சமுதாயத்திற்கு விட்டுச் சென்றுதான் ஆக வேண்டும்.

அவர்கள் நம் தோள் மீது நின்று, நாம் சேமித்து வைத்த குடும்பச சொத்தான அறிவைக் கொண்டு உலகைச் சந்திக்கின்றார்கள். அவர்களால் இன்னும் அதிகமாக சாதிக்க முடியும்.

எனவேதான் புதிய தலைமுறையால் புதிய பூபாளத்தைப் படைக்க முடியும். படைப்பார்கள்.

என்டிகாட் பீபாடி என்ற பள்ளி ஆசிரியர், தன் பேச்சை இளைஞர் களுக்காகத் தயாரித்து மொழிந்தார்.

"நினைவு கொள்ளுங்கள். வாழ்வில் எல்லோமே சுமூகமாக இருந்து விடுவதில்லை. சில சமயம் நாம் மிக உயர்வோம். பிறகு எல்லாமே தலைகீழாகி கீழ்நோக்கிச் செல்வோம். மனதில் நிறுத்திக் கொள்ள வேண்டிய உண்மை என்னவென்றால், நாகரிகத்தின் இயல்பே எப்போதும் மேல் நோக்கி இருப்பதுதான். நூற்றாண்டுகளில், சிகரங்கள், பள்ளத்தாக்கு கண்டதாய் வரையப்பட்ட கோடு முடிவில், எப்போதுமே மேல்நோக்கியே செல்கிறது."

இந்த வார்த்தைகள் பள்ளி மாணவனாக இருந்த அமெரிக்கக் குடியரசுத் தலைவர் பிராங்க்ளின் ரூஸ்வெல்ட்டின் மனதில் தெளிவாக பதிந்தது. இதை தன் பதவியேற்பு விழாவிலும் குறிப்பிட்டுச் சொன்னார்.

ஆலிலை மேல், குழந்தையாய் கடவுள் கல்கி அவதாரமாய் வரும் போது, அது புது யுகமாக இருக்கும் என்று காத்திருக்கிறோம்.

புது யுகம் கண்டிப்பாய் வரும், நம் முயற்சியால், மேல் நோக்கிய பயணத்தால்!

20. மனிதன்

ஊர்களில் காரசாரமாக சண்டை நடக்கும். ஒருவருக்கொருவர் வசைமாரி பொழிவார். வெளியே சொல்ல முடியாத, எழுத முடியாத வார்த்தைகளில் திட்டுவார்கள். அதில் பெரும்பாலும் காமம் சார்ந்த பொருட்களைச் சம்பந்தப்படுத்தி கொச்சையாக சரளமாக திட்டுவார்கள். நாகரிக, நல்ல மனிதர்கள் அதை நின்று கேட்க முடியாது.

அதற்கு அடுத்தபடியாக அதிகமாக கேட்கப்படுவது ஒரு கேள்வி தான்.

"நீ ஒரு மனுசனா?"

"நல்ல மனுசன் இப்படி நடப்பானா?" என்று சண்டையிடும் மனிதர்கள் ஒருவருக்கொருவர் மற்றவரை நல்ல மனிதனா என்று தங்கம் போல உரைத்துப் பார்க்க விரும்புவார்கள்.

மனிதன் என்றால் யார்?

மனிதர்களுக்கு பிறந்தவர்கள் மனிதர்கள்தான். ஆனாலும் மனிதர் களுக்கென்று உயர் பண்புகள் இருக்கின்றன. அதை உடையவர்கள் மனிதர்கள்.

இரண்டாம் உலகப் போரில், ஹிட்லரின் நாஜிக்கள் மக்களைக் கொன்று குவித்தார்கள். மனிதர்களே, உதவியில்லாத சகமக்கள் கூட்டத்தை, தலைவனின் ஆணையென்று கொன்று குவித்தார்கள். இரக்கமில்லாத அரக்கர்கள் போன்று மனிதர்கள் சக மனிதர்களிடம் நடந்து கொண்டார்கள். அதையெழுதிய ஒரு நூலாசிரியர் கடைசியில் முடிக்கும்போது,

"இதையெல்லாம் பார்த்துக் கொண்டு கடவுள் என்ன செய்தார்" என்று கேட்டுவிட்டு அடுத்தாற் போல,

"மனிதர்கள் என்ன செய்தார்கள்" என்று முடிக்கின்றார் தன் புத்தகத்தை.

மிக ஆழமான, சுத்தியலால் அறைந்தாற் போன்ற கேள்வி இது.

பிறந்து வளருவதற்கு மனிதனுக்கு மற்றவர்களின் துணை தேவைப்படுகின்றது.

தன் பயணத்தை முடிப்பதற்கும் மற்றவர்களின் துணை தேவைப்படுகின்றது.

மற்றவர்களுக்கு மனிதன் எவ்வாறு துணையாகின்றான்?

மனிதம் என்பதும் மனிதப் பண்பு என்பதும் மற்றவர்களுக்கு மாறாத்துணையாக நிற்பதில்தான் இருக்கிறது.

உலகின் அனைத்து நீதி நூல்கள், மதங்கள், போதனைகள், சான்றோர் சொற்கள் அனைத்தின் சாரத்தையும் இயேசு, இரண்டு சட்டங்களுக்குள் அடக்குகின்றார்.

"முழு ஆன்மாவோடும், இதயத்தோடும், உன்னைப் படைத்த கடவுளை அன்பு செய்." எல்லா மதங்களும் தவறாமல் நமக்குச் சொல்லித் தருவது இதுதான்.

"இதோடு நின்றுவிடாதே, சீடனே, நீ செல்லும் கடினமான வழியிருக்கிறது. அதுதான் முக்கியம்.

"உன் அடுத்தவனை அன்பு செய்" என்று இரண்டாவது கட்டளையை வழங்குகின்றார்.

இதற்கு ஒரு கேள்வியும் உடன் எழுப்பப்படுகின்றது.

"உன் கண் முன்னிருக்கும் சக மனிதனை அன்பு செய்ய முடியாவிட்டால், கண்காணா கடவுளை உன்னால் எவ்வாறு அன்பு செய்ய முடியும்?"

மனிதனாயிருப்பது என்பது மனிதர்களை அன்பு செய்வதுதான்.

மனிதநேயம் என்பதே மனிதத்துவம். மனித நேயம் எனும் பண்பால் அமைந்ததே.

ஆயிரம் அற்புதச் செயல்களைக் காட்டிலும் ஒரு சிறு அன்புச் செயல் பெரிது.

உலகில் வருகின்ற தனிப்பட்ட, அல்லது பொதுச் சிக்கல்களுக்கு அடிப்படைக் காரணம் என்னவென்று யோசித்துப் பாருங்கள்.

ஒவ்வொரு மனிதனும், மனிதநேயம் என்பதற்கு ஒரு எல்லைக் கோடு வைத்திருக்கிறான். பலமுறை இந்த எல்லையை மாற்றிக் கொண்டிருக்கின்றான். எவ்வளவுக்கெவ்வளவு, இந்த எல்லையைச் சுருக்குகின்றானோ அவ்வளவு மானுட உறவுகளில் சிக்கல்கள் உருவாகின்றன.

எவ்வளவு விரிவாக்குகின்றானோ, அந்த அளவிற்கு, உலகம் நேசிக்கப்படும் வெளியாக விரிவடைகிறது.

உலகில் எந்தப் பூட்டும் சாவி இல்லாமல் படைக்கப்படுவதில்லை.

எந்தப் பிரச்சனைகளுக்கும் தீர்வு இல்லாமல் இல்லை.

மானுடச் சிக்கல்கள் ஒவ்வொன்றிற்கும் தீர்வு என்பது மானுட நேயம்.

மாமரத்து இளந்தளிர்க் கிளையில் மறைந்து கொண்டு சிட்டு ஒன்று பாடிக் கொண்டிருக்கிறது. இசையென்ற அன்பு அதிர்வுகளை, ஓசை கேட்குமிடமெல்லாம் பரப்பிக் கொண்டிருக்கிறது. சிலர் கேட்டு ரசிக்கிறார்கள். பலர் அதைக் கவனிப்பதில்லை. கவுணைக் கொண்டு அதை வீழ்த்துவதற்கும் ஒருவன் ஒளிந்து வந்து கொண்டிருக்கலாம். எதைப் பற்றியும் கவலைப்படாமல் பறவை பாடிக் கொண்டிருக்கிறது.

பறவை இசையிலே, நாமும் மனிதநேயம் உடையவர்களாக இருக்கலாம். பாட்டுக்கு எசைபாட்டு பாடுவது போல, மற்றவர்களும் மனிதநேயத்தை பதிலுக்கு செய்ய வேண்டும் என்ற எதிர்பார்ப்பில்லாமல், நம்மால் முடிந்த மட்டும் முடிந்ததைச் செய்யலாம்.

நம்மிடம் அன்பு செய்தவர்களுக்கு நாம் அன்பாக இருப்பது எல்லா மனிதர்களும் செய்வதுதான். வேண்டியவர்களுக்கு அன்பு செய்வதும் ஒருவகை. முகந்தெரியாத மனிதர்களுக்கும் அன்பு காட்டுவது உன்னதமான மனிதப் பண்பு.

எதிரிகளுக்கும் அன்பு காட்டுவது என்பது மிகச் சிறந்த மனிதர் களால் மட்டும் முடியும் பண்பு. தெரியாத மனிதர்களுக்கும் அன்பு காட்டுவதுதான் மனித நேயம்.

நம் எதிரிகளை நமக்குத் தெரியும். பலமுறை அவர்களுக்கு உதவி செய்து நம் கை சுட்ட அனுபவம் இருக்கலாம். எனவே அவர்கள் விட்டுவிடுங்கள். ஆனால் அறிமுகமில்லாத மனிதர்களுக்கு அன்பை வழங்குவதுதான் மனிதப் பண்பு.

பதிலாக எதையும் எதிர்பார்க்காமல் இதைச் செய்யலாம்.

பதிலாக அவர் ஒன்றுந் தர வேண்டாம். அதைச் செய்யும்போது நம்மிடம் மகிழ்ச்சி ஏற்படும். அதைவிட பெரிய பதிலுபகாரம் எதுவுமில்லை.

அன்பு காட்டத் தயங்குவதில்லைதான். ஆனால், இதைச் செய்து என்ன ஆகிவிடப் போகிறது என்ற எண்ணத்தில் அதைச் செய்யாமல் விட்டு வருகின்றோம்.

அந்தச் செயல் நமக்கு அது மிகச் சாதாரணந்தான். அது, ஒருவேளை இன்னொருவருக்கு காலத்தால் செய்த மிகப்பெரிய உதவியாயிருக்கலாம்.

மனம் மாறுவதற்கு முன்னால் விரும்பிய நல்ல காரியத்தை செய்து விடுவோம்.

நமக்கு நாம் ஒன்றைச் செய்வதற்கு நாம் அதிகமாக தயங்குவதில்லை. நமக்காகவே நாம் இருக்கிறோம் என்ற எண்ணம் ஆழமாய் உள்ளது.

'நீயுந்தான் நான்' என்பது இயற்கையோடு இயைந்து வாழும் நெதர்லாந்தில் வாழும் சாமான் பழங்குடி மக்கள் ஒருவரை ஒருவர் வாழ்த்தும் மொழி.

இதை வாழ்வில் அமுல்படுத்தும்போது வாழ்வின் புது மலர்ச்சியைக் காணுகின்றோம்.

உனக்காகவும் நான் என்ற உணர்வுடன், விழிப்புடன் செயல் படுகின்றபோது மகிழ்வு ஊற்றாய் பொங்குகிறது.

மனிதநேயத்தை பரப்புங்கள். அந்த ஒளியில் வாடுங்கள். வாழ்வே விழாவாக மாறும். வாழ்வை விழாவாக கொண்டாடுகின்றபோது, "பண்டிகை நடைபெறுகிறது" என்று கடவுளர்கள் கூட வந்து கலந்து கொள்ள வருகிறார்கள். நம் வாழ்வு, நம் மனித நேயம் கடவுளர்களை அழைக்கும் அழைப்பிதழாக இருக்கட்டும்.

21. மரம்

இதை எழுதுகின்றபோது, மனம் அந்தக் காட்சியைத்தான் நினைக்கிறது.

பயணம் செய்தால் கிராமப்புறங்களில் இந்தக் காட்சியைக் கண்டிருக்கின்றேன். முதியவர்கள் வேலி ஓரங்களில், மிகவும் மெதுவாக குழிவெட்டி, ஒற்றை மனிதனாய், மரக்கன்றுகளையோ, அல்லது திரண்ட கம்புகளையோ அக்கறையுடன் நடுகின்றார்கள். இது வளர்ந்து பெரிய மரமாக வேண்டும் என்ற பிரார்த்தனையுடன் அதை நடுகின்றார்கள்.

இந்த மரம் வளர்ந்து, பலன் தருவதற்கு பல வருடங்கள் ஆகலாம். தன் ஆயுள் அவ்வளவு கெட்டியாக இருக்குமோ என்ற சிந்தனையில்லை. தனக்கில்லாவிட்டாலும் தன் பேரப்பிள்ளையாவது, அல்லது ஒரு பள்ளிக்கூடத்துப் பிள்ளையாவது, இதைக் உண்டு மகிழும் என்ற நம்பிக்கை மட்டும் உண்டு.

அவர்களுக்கு உலகின் மீது நம்பிக்கையிருக்கிறது. எதிர்காலத் தலைமுறையின் மீது நம்பிக்கையிருக்கிறது. தான் பெறுவதோடு மட்டுமல்லாமல் தருவது அதிகம் என்ற வள்ளல் உள்ளம் பொங்குகிறது.

ஒரு எழுத்தும் அதுபோலத்தான். அது எழுதுபவனின் சொத்து அல்ல. வருந்தலைமுறைக்கு அவன் விட்டுச் செல்லும் ஒரு மரம். கண்டிப்பாய், அனைவர்க்கும் நிழல் தந்து, எழில் தந்து, கற்பனை தந்து வாழ்வின் இன்பந் தரும் என்ற நம்பிக்கையுடன் எழுதுகின்றான்.

கடவுள் ஒரு கவிதை எழுத வேண்டும் என்ற துடிப்பு பெற்றாரானால், அவர் ஒரு மரத்தை நடுகின்றார்.

காற்று இசை கேட்க விரும்பினால் மரத்தின் தளிரோடு உரசி, மென்மையான பாடலைக் கேட்கிறது.

தன்னைத் தொட மேலெழும் மரத்தை கதிரவனும் கிரணக்கரங்களில் அணைத்துக் கொள்கின்றான்.

மரமில்லா ஒரு இடத்திற்கே பெயர் பாலை. அங்கே உயிர்கள் வாழ விரும்புவதில்லை.

எங்கும் மரங்களே உயிர்களுக்கு பின்னணி அமைத்துக் கொடுக்கின்றன.

ஒவ்வொரு மரமும் ஒரு வரலாற்றுப் பேழை. அருகில் உட்கார்ந்து அதன் கதையைக் கேட்டுப் பாருங்கள். கல்கியின் வரலாற்றுப் புதினத்தைப் போல தன் கதையை மௌனத்தில், ஆசையாய் உங்களுக்கு மட்டும் சொல்லும்.

கேட்கும் செவி உடையவர்களுக்கு மட்டும் கேட்கும்.

ஒரு மரத்தடியில் உட்கார்ந்து, உங்களோடும் உங்களைப் படைத்தவரோடும் உறவாடுவது இனிமையான அனுபவம்.

மரத்தடியில் படுத்து, கிளைகளுக்கிடையில் ஓடும் மேகத்தை பார்த்துக் கொண்டிருங்கள். வாழ்க்கையின் அர்த்தமும், அதன் தத்துவமும், ஒளியின் எழுத்தால் உங்களுக்குள்ளே எழுதப்படும்.

எல்லாவற்றையும் விட, நீங்களே வைத்து, வளர்த்த மரத்தடியில் உட்கார்ந்து பாருங்கள். அந்த உறவின் சுவையை, சீரிய அனுபவத்தை, ஒருவேளை அன்னை மடியில் நீங்கள் அறியாப் பருவத்தில் அனுபவித்திருக்கலாம்.

பல விஞ்ஞானிகள், ஞானிகள், "சூப்பர் கான்ஷியஸ்னஸ்" எனப்படும் நிலையை பரம்பொருளோடு, மரம் என்ற 'மீடியம்' வழியாகவே தொடர்பு கொள்ளுகின்றார்கள்.

சிக்கலான பிரச்சனை. விடை கிடைக்க மாட்டேன் என்கிறது. எல்லாவற்றையும் மூட்டை கட்டி வைத்துவிட்டு, மரங்கள் இருக்கும் வனத்தினுள், யாதொரு மனச்சுமையில்லாமல் நடங்கள். மரங்கள் உங்களுக்கு உதவ முன்வருகின்றன. உங்கள் பிரச்சினையை கருணையோடு கவனிக்கின்றன. வானிலிருந்து மழையைத் தருவிப்பது போல, விடையை, புதுக்கருத்தை, கண்டுபிடிப்பை, கவிதைத் துடிப்பை உங்களிடம் பாய்ச்சுகின்றன. அந்த மின்னல் வெட்டில், இருந்த இருள் மறைந்து போய் விடுகிறது.

மனம் கவலையால், கனத்துப் போயிருக்கின்றதா?

இதைச் செய்யுங்கள்.

இருக்குமிடத்தில் அமைதியாக உட்காருங்கள். கண்ணை மூடுங்கள். ஒரு நிமிடம் அமைதியைக் கொணர முயலுங்கள். முடியாவிட்டாலும் பரவாயில்லை. உங்கள் மனக்கண்ணில் இந்தக் காட்சியை காணுங்கள்.

ஆற்றின் ஒரு கரையில் நிற்கின்றீர்கள். ஆர்ப்பாட்டமில்லாமல் நீர் ஓடுகிறது. அலைகள் மடிந்து மடிந்து எழும் இடைவெளியில்

கதிரொளி வெட்டுகிறது. அருகில் போய் காலை நனைக்கின்றீர்கள். முகத்தைக் கழுவுகின்றீர்கள். தண்ணீரைக் கண்ணில் எடுத்து ஒற்றிக் கொள்கின்றீர்கள். அதன் தெளிவையும், தண்மையையும் அனுபவிக் கின்றீர்கள்.

படகில் ஏறி மறுகரைக்குச் செல்கின்றீர்கள். கரையைத் தாண்டி பெருங்காடு. ஒரு ஒற்றையடிப்பாதை செல்லுகிறது. அதில் நடக்கின்றீர்கள். மரங்களின் கிளைகள் பளபளக்கின்றன. அவை சலசலக்கின்றன. சிறு பறவைகள் உட்கார்ந்து பாடுகின்றன. தரையில் புல்லில் கால் படும்போது அதன் குளிரையும், மெத்தென்ற சுகத்தையும் அனுபவிக்கின்றீர்கள். ஒரு வளர்ந்த மரத்தைக் கட்டிப்பிடிக்கின்றீர்கள். அதனிடம் உங்கள் சோகத்தை மௌனமாய் சொல்லுகின்றீர்கள். மரம் கேட்கிறது. உங்களுக்கு ஆறுதல் வழங்குகிறது. கண் விழித்துப் பார்க்கும் போது புது மனிதனாய் இருக்கின்றீர்கள்.

மரங்களை கற்பனையில் கண்டாலே அவை, இன்ப ஆடையை உங்களுக்கு நெய்து தருகின்றன. உங்கள் கந்தலாடை எங்கோ மேகத் துண்டாய் மறைந்துவிட்டது.

கடவுள் மரத்தை, புயலிலிருந்து காப்பாற்றி விட்டார். வறட்சியி லிருந்து மீட்டு வந்துவிட்டார். நெருப்பிலிருந்து பாதுகாத்து விட்டார். வெள்ளத்தில் நிலைக்க வைத்துவிட்டார். ஆனால் அவருக்கு ஒன்று மட்டும் தெரியவில்லை. மரங்களை இந்த மனிதர்களிடமிருந்து பாதுகாக்கவே அவருக்குத் தெரியவில்லை.

பெற்ற வரத்தை, கடவுள் மேல் கை வைத்து சோதித்துப் பார்க்க விரும்பும் இராட்சசன் போல, உலகின் வரமான மரத்தை மனிதன் வெட்டித் தள்ளுகிறான்.

இன்றைய கஞ்சிக்காக, எதிர்கால விருந்தை, வளத்தை இழக்கின்றான்.

மனிதனின் பேராசை முன் மரங்கள் கோயில் பலிக்கடாவாக வீழ்கின்றன.

மரங்களுக்கு உயிருண்டு. உணர்வுண்டு. உதவுந் தன்மையுண்டு. நம் ஊர் சித்தர்கள் இதைக் கண்டுணர்ந்திருக்கின்றார்கள். காடுகளில் வாழும் பூர்வ குடிகள், மரங்களை, தங்கள் மூதாதையரின் உயிராய் வணங்குகின்றார்கள். ஒரு மரத்தை வெட்ட வேண்டுமென்றால், அதனிடமும், தங்கள் மூதாதையரிடமும் மன்னிப்புக் கோருகின்றார்கள். வெட்டிய மரத்திற்கு பிராயச்சித்தமாக, புது மரங்களை உடனே வேறெங்கிலும் நட்டு விடுகின்றார்கள்.

மரங்கள் நம் முன்னோர். நம் நண்பர். நம் உறவுக் குடும்பம் நம்மைப் பாதுகாக்கும் இயற்கை வளையம்.

ஒரு உண்மை தெரியுமா? மரங்கள் நம் குணத்தை நிர்ணயிருக்கின்றன. நம் பண்பைக் கூர்மைப்படுத்துகின்றன. மரங்களைப் போல நாம் இருக்கிறோம். உதாரணம் வேண்டுமா? மரங்களினூடே வசிப்பவர்கள் பொதுவாகவே, மென்மையானவர்களாகவும், கவித்துவம் உடையவர்களாகவும், பிறருக்கு உதவுபவர்களாகவும் இருக்கின்றார்கள்.

மரங்கள் இல்லா மொட்டை நிலத்தில், பாலையில் வாழ்பவர்கள், முரட்டுக்குணம் கொண்டவர்களாகவும், உயிர்களை மதிக்கத் தெரியாதவர்களாகவும் இருப்பார்கள்.

நம் குழந்தைகளை மரத்தினூடே வளர்ப்போம். மரங்கள் வளர்ப்பதை, நம் முன்னுதாரணத்தால் அவர்களுக்குள் கற்றுத் தருவோம்.

ஒரு மரமே ஒரு காட்டை உருவாக்குகிறது. காடே வளத்தைத் தருகிறது. வளம் நாகரிகத்தை தருகிறது. நாகரிகம் நம்மை மனிதனாக்குகிறது.

22. மகிழ்ச்சி

கிராமத்திலிருந்து பட்டணத்திற்கு திருமணம் காரணமாக வந்தவன். சென்னைப் பட்டணத்து மனிதர்களைப் பார்க்கின்றபோது, எல்லோரும் அவசரமாக இருந்தார்கள். நடையில், பேச்சில், செயலில் அவசரம். முகத்தில் ஒரு கடுகடுப்பு. பேசினால் கூட, பதிலாக, அளந்து, அறுத்தெடுத்து வார்த்தையைச் சொல்வார்கள். உடனே முகத்தைத் திருப்பி விடுவார்கள்.

எவர் முகத்திலும் மகிழ்ச்சியென்பது இல்லையென்பது போல தோன்றியது.

இவர்களெல்லாம் எதற்கு பட்டணத்திற்கு வந்தார்கள். பிழைப்புத் தேடித்தான். பணம் சேர்க்கத்தான்.

இந்தச் சென்னைப் பட்டணத்துக்கு ஒரு தனி குணம் இருக்கிறது. இது ஒரு பூதம் போல குணங்கொண்டது. ஒருமுறை இதன் வயிற்றுக்குள் நுழைந்துவிட்டால் பின் வெளிய வர முடியாது என்பதை விட, இதன் உள்ளே போனவர்களே வெளியே வர விரும்புவதில்லை.

இதனுள் இருந்து, பொருளாதார ரீதியாக பலர் நல்ல வசதியாக ஆகிவிட்டார்கள். வறுமையில்லை. ஆனாலும் முகத்தில் மகிழ்வில்லையே.

கிப்சனின் வார்த்தைகள்தான் நினைவுக்கு வருகின்றது.

"பணத்தால் உணவை வாங்கலாம். ஆனால் பசியை வாங்க முடியாது. மருந்தை வாங்கலாம். ஆரோக்கியத்தை வாங்க முடியாது. தொடர்புகளைப் பெறலாம், நண்பர்களைப் பெற முடியாது. வேலையாட்களை பெறலாம். விசுவாசத்தைப் பெற முடியாது. குதூகலத்தைப் பெறலாம். ஆனால் மகிழ்வை, இன்பத்தைப் பெற முடியாது."

சர்வ சக்தியுள்ள பணத்தால், மகிழ்வைப் பெற முடியாது என்றால், மனிதன் பணத்திற்காக பேயாய் அலைகின்றானே! இது ஏமாற்றா?

பணம் மனிதனுக்கு அவசியந்தான். அவனுடைய அடிப்படைத் தேவைகளை நிறைவு செய்வதற்கும், மற்றவர்களுக்கு உதவுவதற்கும் தேவைதான்.

ஆனால் பணந்தான் எல்லாம் என்றில்லை. பணத்தால் மகிழ்வை மொத்தமாக வாங்கிவிட முடியாது.

பணம் என்பது ஒரு பொருள். அதனால் ஒரு பொருளை வாங்க முடியும். அன்பு, அறிவு, மகிழ்வு போன்ற மென்பொருளை அதுவால் வாங்க முடியாது. வேண்டுபவர் முயன்று அவற்றை பெறலாம்.

அதனால்தான் பணக்காரர்கள் எல்லோரும் மகிழ்வாயிருப்பதில்லை. ஒரு பொருள் நமக்கு நீண்ட மகிழ்வைத் தர முடிவதில்லை.

மகிழ்வு என்பது ஒரு பொருளல்ல. அது ஒரு பொருளால் நமக்கு வருவதும் அல்ல.

மகிழ்வு என்பது ஒரு மனநிலை. வாழ்வை ஒரு முறையில் பார்க்கும் அனுபவம்.

உள்ளத்தின் அளவே உயர்வு என்றார் வள்ளுவர்.

உள்ளத்தை ஒருவர் வைத்திருக்கும் நிலையின் அளவில் மகிழ்விருக்கின்றது.

அரசனுக்கு இரு மைந்தர்கள். இருவரும் நல்ல வீரர்கள். நல்ல திறமைசாலிகள். மக்களால் விரும்பப்பட்டவர்கள். யாருக்கு முடிசூடுவது என்று மன்னரால் முடிவெடுக்க முடியவில்லை.

பிள்ளைகள் இருவரையும் கூப்பிட்டான். நீங்கள் இருவரும் சமமாய் இருக்கின்றீர்கள். கடைசியாக உங்களுக்கு ஒரு கேள்வி. யார் சரியான பதிலைக் கண்டுபிடித்து வருகின்றார்களோ, அவனுக்கு மகுடம் என்றார். இளவரசர்கள் ஒத்துக்கொண்டனர்.

"மக்கள் மகிழ்வாயிருக்க வேண்டும். இதற்குத்தான் அரசன். எனவே மகிழ்ச்சி எங்கிருக்கிறது என்று அரசவையில் சொல்லுங்கள். நீங்கள் எங்கு வேண்டுமானாலும் போகலாம். யாரிடமும் கேட்டுத் தெரிந்து கொள்ளலாம். எனக்கு வேண்டியது விடை" என்றான் மன்னவன்.

ஒருவன் பெரிய ஞானிகளைத் தேடிப் போனான். இன்னொருவன் தன் பாட்டுக்குத் தன் காரியங்களைப் பார்த்துக் கொண்டிருந்தான்.

குறிப்பிட்ட நாளில் இருவரும் வந்தனர். ஒருவன் சொன்னான். "வளத்தில் மகிழ்ச்சியிருக்கிறது. மக்கள் வளமாக இருந்தால் மகிழ்ச்சி தானே வரும்" என்றான்.

இன்னொருவன் சொன்னான். "மகிழ்ச்சி என்பது வெளியில் இல்லை. அது உள்ளுக்குள் இருக்கிறது. கையில் இருப்பதை வைத்தே மகிழ்வாக இருக்க முடியும். வெற்றி பெற்றவர்கள் எல்லாம்

மகிழ்வாயிருப்பதில்லை. மகிழ்வாயிருப்பவர்களே உண்மையில் வெற்றி பெற்றவர்கள்" என்றான். அவன் மன்னன் ஆனான்.

மனிதனாய்ப் பிறந்துவிட்டோம். இந்த வாழ்விற்கு நோக்கம் என்ன என்ற தேடல் யுகாந்திரமாய் இருக்கிறது. இருக்கும்.

மகிழ்வுத் தேனை சுவைப்பதுதான் வாழ்வின் நோக்கம்.

இதற்கு ஒரே ஒரு வழியென்றில்லை. அவரவர்க்கு உள்ளே தோன்றிய வழி நடக்கலாம்.

ஆனாலும், இதற்குத் தேவை வாழ்விற்கு நோக்கம் என்ற தேடுதல் நிச்சயம் இருக்க வேண்டும்.

ஆலிஸ் காட்டில் செல்வாள். ஒரு நாற்சந்தியில் நிற்பாள். செசையர் பூனை அங்கே நின்றது. "எந்த ரோடு வழியாக செல்ல வேண்டும்" என்று ஆலிஸ் கேட்டாள். பூனை திருப்பிக் கேட்டது,

"உனக்கு எங்கு போகவேண்டும்?"

"சும்மா, எங்காவது போக வேண்டும்."

பூனை சிரித்தது. பின் சொல்லியது. "எங்கு போக வேண்டும் என்பது தெரியாவிட்டால், எந்த ரோடும் அங்கு உன்னைக் கொண்டு செல்லும்" என்றது.

நமக்கு குறிக்கோள் இல்லையென்றால் எங்கு வேண்டுமானாலும் செல்லலாம்.

மகிழ்வு என்பது குறிக்கோள் என்றால், மகிழ்வு நமக்கு வரும்.

நாம் எதைத் தேடுகிறோமோ, அது வரும். காலம் சிறிது முன்பின் ஆகலாம். ஆனால் அது கிடைக்கும்.

மகிழ்விற்கு பெரிதாக கஷ்டப்பட வேண்டியதில்லை. மிக எளிய வழிகள் மூலம் அதை அடையலாம். எளிது என்பதால் நாம் அதைக் கண்டுபிடிக்காமல் இருக்கிறோம்.

மகிழ்வு என்பது ஒரு மனநிலை. அதை நமக்குள் எந்த சூழ்நிலை யிலும் நாம் ஏற்படுத்திக் கொள்ள முடியும்.

தனக்குத் தானே திருப்தியடைந்த மனிதனால் எங்கும், எப்போதும் மகிழ்வாக இருக்க முடியும்.

மற்றவர்கள் உதடுகளில் தன்னால் முடிந்த அளவில் மகிழ்வைக் கொண்டு வர முடியுமானால், அது தனக்கும் மகிழ்வைத் தருகிறது.

ஒரு வேலையை அக்கறையுடன் செய்யும்போது அளவிலா மகிழ்வு கூலியாக வருகிறது.

பெறுவதிலோ, வைத்திருப்பதிலோ இல்லை, தருவதில் மகிழ்ச்சி யிருக்கிறது.

சிறு காரியங்களில் திருப்தியாய் வாழ, ஆடம்பரத்திற்குப் பதில், அழகை நாட, பயனுள்ளவராக இருக்க, அமைதியாகப் பேச, இயற்கையை இரசிக்க, குழந்தைகளோடு கொஞ்ச, உறவுகளை பேண, மகிழ்வு வரவாகிறது.

மகிழ்வை மற்றவர்கள் தர முடியாது. அது நாம்தான் தெரிந்து எடுத்துக் கொஞ்ச வேண்டிய குழந்தை.

உங்களுக்கு நீங்களே மகிழ்வாக இருக்க முடியும்.

நாளைக்கு மகிழ்வாக இருக்கிறேன் என்று ஒத்திப் போட வேண்டாம்.

இங்கேயே இப்போதே மகிழ்வாக இருக்க முடியும்.

நம் ஒவ்வொருவராலும் முடியும்.

பிறவியின் பயனாம் மகிழ்வை, நாம் அடைவோம்.

எதிர்மறை எண்ணங்களை உணர்வுகளை விட்டுத் தள்ளுவோம். ஆக்கப்பூர்வமான எண்ணங்களை வளர்ப்போம்.

அதுதான் மகிழ்விற்கான ராஜ பாதை.

“ஒரு மனிதன் மகிழ்ச்சியின்றி இருந்தால், அது அவனது சொந்தத் தவறுதான். ஏனெனில் கடவுள் அனைவரையும் மகிழ்வாகத்தான் படைத்திருக்கின்றார்.”

மகிழ்ச்சி எப்போதும் நம் கையில்.

மகிழ்விற்கான பயணச்சீட்டுடன் தான் உலகிற்கு வருகின்றோம். சரியான இருக்கையில் அமர்ந்து சரியான திக்கில் பயணம் செய்கிறோமா?

23. சவால்

பத்தாம் வகுப்பு நெல்லை மாவட்டத்திலுள்ள வடக்கன்குளத்தில் தூய தெரசாள் உயர்நிலைப் பள்ளியில் படித்துக் கொண்டிருந்தேன். 1966ம் வருடம். அந்தப் பள்ளியில் என் அப்பாவும் ஆசிரியராகப் பணிபுரிந்து கொண்டிருந்தார்கள். ஒருநாள், பத்தாம் வகுப்பு பையன்கள் மட்டும் போராட்டம் நடத்தினார்கள். காரணம் எதற்கென்று நினைவில்லை. அவ்வளவு பெரிய காரியம் எதுவுமில்லை. அந்த வயதின் மூர்க்கம் காரணமாக, இரண்டு மூன்று மாணவர்கள் முன்முயற்சி எடுத்து பள்ளிக்கூடம் வாசல் முன் கூடி நின்று எங்களையெல்லாம் நிறுத்தி வைத்துவிட்டார்கள்.

பள்ளிக்கூடத்தில் பெரும் அதிர்ச்சி. இதுவரை இப்படி நடந்ததில்லை. ஆசிரியர்களுக்கு என்ன செய்வது என்று தெரியவில்லை. பள்ளிக்கூட வாசல் கதவு வழக்கம் போல மூடியிருந்தது. அதன் முன்னே நின்று எங்கள் வகுப்பு மாணவர்கள் சத்தம் போட்டுக் கொண்டிருந்தார்கள். மாணவர்கள், கோபத்தில் கல்லெறி கலாட்டாவில் ஈடுபட்டு விடுவார்களோ என்று எல்லோருக்கும் பயம்.

பள்ளி வாசல் தள்ளி, தலைமையாசிரியர் தங்கும் கட்டிடம் இருக்கிறது. அருட்தந்தை சேவியர் மெல் என்பவர்தான் தலைமை யாசிரியர். ஒல்லியான உருவம். அடிக்கடி இழுப்பு நோயால் மிகவும் கஷ்டப்படுவார். மிக அழகாக மென்மையாக ஆங்கிலம் பேசுவார். ஆசிரியர்கள், நீங்கள் போய் பையன்களைப் பார்க்க வேண்டாம் என்று சொல்வதைக் கேட்காமல் அவர், தான் தங்கும் அறைக்கு முன்பிருந்த சிறு வாசல் வழியாக பின்னால் கைகட்டிக் கொண்டு நிமிர்ந்து நடந்து வந்தார்.

"டேய் பாதர் வர்றாருடா" என்று முன்னால் நின்ற பையன்கள் ஓட்டமெடுத்தனர். அவர் கண்ணில் பட்டுவிடக் கூடாது என்பதற்காக, நானும் அவர்களோடு முன்னால் ஓடியது இன்னும் நினைவில் இருக்கின்றது. போராட்டம் அவ்வளவுதான். அடுத்த நாள் வழக்கம் போல வகுப்பு நடந்தது.

ஒற்றை மனிதனாய் அவர், எதிர்ப்பைச் சந்திக்க வந்த, அவரின் ஆளுமை, கம்பீரம் ஆகியவை மாணவர்களின் போராட்டக் குரலையடக்கி ஓடவைத்தது.

சிறை வைத்த தீவிலிருந்து தப்பித்து நாட்டின் கரையை அடைந்தான் நெப்போலியன். செய்தி கேட்டு ஆளும் மன்னன், தன் படைகளோடு வந்து கரையிறங்கும் நெப்போலியனைக் கைது செய்யத் தயாராய் இருக்கின்றான். ஆயிரக்கணக்கான வீரர்கள் துப்பாக்கியோடு அவனை எதிர்கொண்டனர். படகிலிருந்து இறங்கிய நெப்போலியன், தன் நெஞ்சை நிமிர்த்தி முன் நகர்ந்து சென்று, "படைவீரர்களே, உங்கள் மன்னனை சுடுவதற்கு யாருக்காவது தைரியம் இருக்கிறதா? கீழே போடுங்கள் ஆயுதங்களை" என்றான். அவர்கள், அடிபணிந்து அவன் பக்கம் சேர்ந்தனர்.

உலகம், தைரியமாக எதிர்கொள்ளுபவர்களுக்கு சாதகமாக நடந்து கொள்ளுகிறது. அதிர்ஷ்டம் கூட, வீரமிக்கவர்களுக்கே தொண்டு செய்கிறது.

வாழ்வில், நாம் எதிர்பார்த்தவாறு எதுவுமே நிகழவில்லையென்றால், நாம் சோர்ந்து போகின்றோம். இப்போது நம் முன்னே இரண்டு வழிகள் விரிகின்றன.

ஒன்று நாம் அதை எதிர்கொள்ளாமல் மெதுவாக நழுவிச் செல்வதற்கான பாதை.

இன்னொன்று வாய்ப்பின் பாதை. இது என்னதான் என்று பார்த்து விடுவோமே, இதைச் சந்தித்துப் பார்த்து விடலாம் என்ற மனோபாவம்.

எதிர்கொள்வதைச் சிக்கலாய் பார்க்கும் பார்வை, வருவதைச் சவாலாக பார்க்கும் பார்வை. இருவர் ஒரே பிரச்சினையைச் சந்தித்தாலும் இருவரும் ஒரு மாதிரியாக பார்ப்பதில்லை. ஒருவர் சிக்கலாய்ப் பார்க்கிறார். ஒருவர் சவாலாக அதை எதிர்கொள்ளத் தயாராகிறார்.

ஒரு நிகழ்ச்சி அல்லது எதிர்பாராத சம்பவம் நிகழ்கின்றபோது, நம் மனத்தினுள் ஒரு உரையாடல் உருவாகிறது.

வார்த்தைகள் நம் எண்ணங்களைப் பாதிக்கின்றன. இதைச் செய்ய வேண்டுமா, வேண்டாமா என்று உள்ளெழும் உரையாடலை நாம் எந்தவித வார்த்தையால் பார்க்கிறோம்? சிக்கலாகவா சவாலாகவா?

சிக்கல் என்றவுடன் மனம் தொய்ந்து விடுகிறது. துன்பம், கஷ்டம், தோல்வி என்று மனம் எண்ணங்களை உருவாக்கிச் செல்கிறது.

அதையே ஒரு சவாலாக எதிர்கொள்கிறோம் என்றால், ஒரு புதுசக்தி நம்மிடம் பாய்கிறது. முடியும் என்ற நம்பிக்கை, ஆக்கப்பூர்வ செயல்களை உருவாக்குகிறது. செய்து முடிப்போம் என்ற மகிழ்வைத் தருகிறது.

பிரச்சினை என்று வரும்போது, அதைச் சிக்கலாகப் பார்க்காதீர்கள். சவாலாக எதிர்கொள்ளுங்கள். என்னால் ஏன் முடியாது என்று எதிர் கேள்வி கேளுங்கள். உங்களால் நிச்சயமாக முடியும்.

உயர்ந்தவையெல்லாம், எளிதாக வருவதில்லை. பிரச்சினைகளை எதிர்கொள்ளுகின்ற போதுதான், நாம் யார் என்பது நமக்கும் தெரிகின்றது. உலகிற்கும் தெரிய வந்துள்ளது.

இதைத் தவிர்ப்பது எப்படி என்ற கோழைத்தனமான எண்ணங்களை ஏற்காமல், இரண்டு கேள்விகளை நம்மிடம் கேட்கலாம்.

"நான் என்ன செய்ய முடியும்?"

"நான் எப்படி செய்ய முடியும்?"

என்ன, எப்படி செய்ய முடியும் என்ற கேள்வி கேட்கும்போது, பிரச்சனையைச் சவாலாக பார்த்துவிட்டீர்கள். அதைச் சாதிக்கத் தயாராகி விட்டீர்கள். சக்தி உங்களிடமிருந்து உருவாகிக் கொண்டிருக்கின்றது.

எங்கள் பள்ளித் தலைமையாசிரியர் போல, நெப்போலியன் போல, சவாலாக, சந்தர்ப்பத்தை ஏற்றுக்கொள்ளுகின்றீர்கள்.

ஓடிய மாணவர்கள் என் நினைவில் இல்லை. அதைச் சந்தித்த தலைமையாசிரியர் என் நினைவில் இருக்கின்றார். சவாலைச் சந்தித்தவர்கள் நிற்கிறார்கள்.

வெற்றி பெறுவதற்கு ஒரு எளிய வழியிருக்கின்றது. எவர் வேண்டுமானாலும் அதைச் செய்ய முடியும்.

வாழ்வில் முன்னேற உங்களுக்கென்று ஒரு குறிக்கோள் இருக்கிறது. அதை முன்பு செய்து காட்டிய ஒருவர், உங்களுக்கு முன்மாதிரியாக இருக்கிறார். ஒரு கலைஞரோ, அறிஞரோ, தலைவனோ, ஞானியோ, ஆசிரியரோ, கடவுளோ எவரோ ஒருவர் உங்கள் எடுத்துக்காட்டாக இருக்கிறார். இந்தச் சூழ்நிலையில் அவர் என்ன செய்திருப்பார் என்று எண்ணுங்கள்.

"அவரைப் போல நானும் செய்கிறேன்". ஆங்கிலத்தில் இதை "Act as if" என்று சொல்லுகின்றார்கள்.

அல்லது யாராக நீங்கள் ஆகவேண்டும் என்று விரும்புகின்றீர்களோ, அவராய் நினைத்துக் கொண்டு செயல்படுங்கள்.

உயர்ந்த மனிதராக வேண்டுமென்றால் உயர்ந்த மனிதராக செயல்படுங்கள், இப்போதே.

உயர்ந்த தலைவராக வேண்டுமென்றால், தலைவராக இப்போதே செயல்படுங்கள்.

நல்ல நிர்வாகியாக வேண்டுமென்றால், இப்போதே அவராகி விட்டதாய் நினைத்துச் செயல்படுங்கள்.

பின்வாங்குவது என்பது ஒருபோதும் திறமையில்லை.

சந்தித்துக் களம் காண்பதே சவால்.

வரும் பிரச்சினைகளைச் சவாலாக பார்க்கும்போது வாய்ப்புக்கள் வழி திறக்கின்றன. புதுசக்தி உள்ளே பாய்கிறது.

வெற்றி பெற்ற மனிதர்கள் அத்தனை பேரும் பிரச்சினைகளைச் சந்தித்தவர்கள்தான். பிரச்சினைகளில் உருண்டு புரண்டு தொய்ந்துவிடாமல் எழும்பியவர்கள்தான்.

அவர்கள் பிரச்சினைகளை, சவாலாக பார்த்தார்கள்.

என்ன செய்ய முடியும், எப்படி செய்ய முடியும் என்று செயல் பட்டார்கள்.

தான் யாராக வேண்டுமென்று விரும்புகின்றார்களோ, அவர்களாகி விட்டதாக செயல்பட்டார்கள்.

சந்திக்கும் சவால்களே, சாதனையின் படிக்கட்டுக்கள்.

சேவல், கொத்துமுடியைச் சிலிர்த்து எழுவது போல, சவாலை எதிர்கொள்வோம்.

சவால்களில் நாம் வளருகின்றோம். சவால்களால் நம்மை கண்டுபிடிக்கின்றோம். சவால்களே வாழ்வுக்கு சுரத்தையூட்டுகின்றன.

24. இளமை

ஓ! அந்த மகோன்னத நாட்களை நினைத்துப் பார்க்கின்ற போது, வாழ்வின் பொற்காலம் என்ற நிலையில் உற்சாகம் பொங்குகிறது.

எவ்வளவு துள்ளல். எவ்வளவு மகிழ்ச்சி. அருவி நீரென வாழ்வே வசந்தமாயிருந்தது.

அந்த நாட்களை பொற்காலம் என்று தெரிந்து செய்யவில்லை. மகிழ்வாய் அனுபவித்தோம். அந்தக் கணத்தில்

தோன்றிய விளையாட்டில் மறந்தோம். காலம் கழிவது தெரியாமல் எங்களை மறந்து அதில் ஒன்றியிருந்தோம். இன்று நினைத்துப் பார்த்த போது வாழ்வின் பொற்காலமாக, ஏக்கத்தைத் தருவதாக, இன்னொரு முறை இதை வாழ்ந்து பார்க்க மாட்டோமா என்று ஆசையைத் தூண்டுவதாக இந்தப் பருவம் நினைவில் நிற்கிறது.

தொலைக்காட்சியில் பிரபலமான மனிதரைப் பேட்டிக் கண்டார்கள். கடைசியாக அவரிடம் ஒரு கேள்வி கேட்டார்கள்.

"கடவுளை நம்புகிறீர்களா?"

"ஆமாம்.''

"கடவுள் உங்கள் முன் தோன்றி ஒரே ஒரு வரம் கேள் என்று கேட்கிறார். கேட்பீர்களா?"

"கண்டிப்பாக."

"என்ன வரம் என்று யோசிக்காமல் சொல்வீர்களா?"

"ஒரே ஒரு வரம் மட்டும்தான் கேட்பேன். என் பள்ளித் தோழர்களோடு, அம்மா, அப்பா, பாட்டியோடு, பக்கத்து வீட்டு நண்பர்களோடு இளம் உறவினர்களோடு, ஆடிப்பாடித் திரிந்து விளையாடிய காலத்தை மீண்டும் எனக்குத் தா. அதை மீண்டும் விளையாடிப் பார்க்க வேண்டும் என்று கேட்பேன். அந்த மகிழ்வை விட உலகில் வேறேது இருக்கிறது" என்றார்.

சர்க்கரை வியாதி வந்த பின், இன்னும் இனிப்பை அதிகமாகச் சாப்பிட விரும்புவது போல, ஒவ்வொரு மனிதனுக்குள்ளும் வயதான

பின் தன் இளைய பருவத்தை நினைத்து ஆசைப்படுவது தவிர்க்க முடியாதது.

தன் நினைவுகளைத் தடவிப் பார்ப்பது, தன் பெற்றோர்களை, தாத்தா பாட்டியை, அத்தை, சித்தப்பா, மாமா என உறவுகளின் தழுவல் களை மீண்டும் நினைத்துப் பார்ப்பது, மனங்கவர்ந்த ஓவியத்தை ஆழமாய் இரசிப்பது போல அனுபவம்.

வீட்டில் விளையாடினோம். அதற்கிடையில் நேரம் கிடைக்கும் போது படித்தோம். படிக்க வேண்டும் என்று நாங்களும் கவலைப்பட வில்லை. பெரியவர்களும் அதிகமாக அலட்டிக் கொள்வதில்லை.

படிக்கும்போது கூட கூட்டமாக உட்கார்ந்திருப்போம். அதிகம் விளையாடிவிட்டு, வீட்டுப் பாடத்தைக் கடனே என்று செய்வது அதிகமாக இருக்கும்.

புதிதாக வாங்கி வந்த புத்தகத்திற்கும், நோட்டுக்கும் அட்டை போடுவது, பண்டிகைக்கு புதுச் சட்டைப் போடுவது போல அவ்வளவு குதூகலம்.

எவ்வளவு அக்கறையாக அட்டை போடுவோமோ, அவ்வளவு விரைவாக அட்டையைக் கிழிப்போம். புத்தகப் பையையும் புத்தகத் தையும் விட்டெறிவதில் அவ்வளவு மகிழ்ச்சி. நோட்டைக் கிழித்து, கப்பல் செய்வதில், சட்டை செய்வதில் பெரும் சந்தோசம். படித்துக் கொண்டிருக்கும்போது அம்மா ‘கொஞ்சம் மிளகாய் வாங்கி வா, மஞ்சள் வாங்கி வா’ என்பார்கள். வெளியே போக வேண்டும் என்று சொல்லும்போதுதான் ‘படிக்க வேண்டும்’ என்று சொல்லுவோம்.

‘வெளியே போய்விட்டு வந்தால், மீதி ஐந்து பைசாவுக்கு மிட்டாய் வாங்கிக் கொள்’ என்பார்கள். கையில் எதையாவது திணித்தால்தான் வீட்டில் காரியம் நடக்கும்.

மூலையில் சாய்த்து வைத்திருக்கும் சைக்கிள் டையர் வண்டியை எடுத்து வெளியில் போட்டு பக்கத்திலிருக்கும் சிறு கம்பை வைத்து அதை தள்ளிக் கொண்டு, கடைக்கு ஓடுவோம். நடையென்பதே கிடையாது. கடைக்குப் போனவுடன் சொன்னதை வாங்கிக் கொண்டு, பத்து பைசாவுக்கு மிட்டாய் வாங்கி கொஞ்சம் வாயில் போட்டுக் கொண்டு தம்பி தங்கைகளுக்கு கையில் கொண்டு வந்து அவர்களிடம் கொடுக்கும்போது பெரிய மனித தோரணை வந்துவிடும்.

“ஏம்மா, முறுக்கு தருவேன் என்று சொன்னீர்களே” என்று ஞாபகப்படுத்தியவுடன் அவ்வளவு பெருக்கும் முறுக்கு.

'எனக்கு மட்டும் ஒடிந்துபோன அரை முறுக்கு கொடுத்தாயே' என்று யாராவது முரண்டு பிடிப்பார்கள்.

பொருட்களையெல்லாம் பெரிய மண்பாண்டத்தில் அரங்கறை என்ற ஜன்னல் இல்லாத இருட்டறையில் வைத்திருப்பார்கள். முறுக்கு, இனிப்பு முறுக்கு, முந்திரிக் கொத்து போன்றவையெல்லாம் அங்குதான் ஒளித்து வைத்திருப்பார்கள். இருட்டில் தடவிக் கண்டுபிடித்து திருடித் தின்பதில் சந்தோசம்.

"அவ்வளவு முறுக்கையும் காணவில்லை, எந்த எலி சாப்பிட்டது" என்று அம்மா கத்துவார்கள்.

மழை வந்துவிட்டால் வெளியே விளையாட முடியாது. வீட்டில் உட்கார்ந்திருந்தால், சோளப் பொறி வறுப்பார்கள். சோளத்தை எடுத்து அதை சட்டியில் வறுக்கும்போது அது வெடித்து, நட்சத்திரமாய் சிரிக்கும். வெடிக்கும்போது சப்தமிடும். அந்த மணம் வீடு பூராவும் கமழும். சட்டியிலிருந்து கீழே இறக்குமுன் வாயில் போட்டு, ஆ, ஊ, சூடு என்று கலாட்டா. அதற்குள் என்ன அவசரம் என்று அம்மா கையில் அடி. அதற்குப் பொருத்தமாக தரும் சுக்குக் காபியை இன்று நினைத்தாலும் மணக்கத்தான் செய்கிறது.

நல்ல மழை பெய்தால் சட்டையைக் கழற்றிவிட்டு, சொல்வதைக் கேட்காமல், மழை அருவியாய் வீட்டு ஓடு அல்லது மச்சு வீடுகளிலிருந்து கொட்டுவதில் தலையை நனைப்போம். மழையில் அங்கிருந்து இங்கு ஓடுவதும், சாடுவதும், சகதியை மற்றவர் மேல் வாரியிறைத்து மகிழ்வதும் மறக்க முடியுமா?

மழை நின்றதும், அணை கட்டி விளையாடுவோம். தண்ணீரைத் தேக்கி, பூவரசம் இலையை மடித்து குழாயாய் செய்து தண்ணீர் வடித்து வயலுக்கு பாய்ச்சுவோம். காலிலும், கையிலும் சகதிதான். மண்ணின் உண்மையான மைந்தர்கள். எவனாவது வந்து அணையை அழிப்பான். சண்டை வரும். பின் இருவரும் சேர்ந்து அணை கட்டுவோம்.

இரவாகிவிட்டால் பெரியவர்கள் முற்றத்தில் உட்கார்ந்து நிலவொளியில் பேசிக் கொண்டிருப்பார்கள். அவர்கள் மடியில் படுத்துக் கொண்டு கதை கேட்போம். நல்ல நிலவெளிச்சம் என்றால், இருட்டு ஒளி விளையாட்டு ஆடுவோம். கள்ளன் போலீஸ் விளையாட்டு ஆடுவோம். வாழ்வே விளையாட்டுத்தான்.

பள்ளியில் காலாண்டு அரையாண்டு என்றால், விடுமுறை பாட்டி வீட்டில்தான். எங்கள் அத்தனைப் பேருக்கும், தோட்டத்துக்குப் போய் விட்டு வந்து பாட்டி சமைத்துத் தருவாள். அவளைச் சுற்றி வந்து

உட்கார்ந்து கொண்டு கையை நீட்டிக் கொண்டிருப்போம். உருண்டையாய் உருட்டி முதல் கவளம், அருகில் உட்கார்ந்திருக்கும் பூனைக்கு. பின் எங்களுக்கு நீட்டிய கையில் உருட்டி வைப்பாள். விக்கலெடுத்தால், தலையில் தட்டி, தண்ணீரை வாயில் தருவாள்.

அவள் மடியில் படுத்துக் கொண்டு கதை கேட்போம். இன்னும் நினைவிருக்கிறது. அவள் சொன்ன கதைகள். பாட்டி கதை சொல்வதே தனி அழகு.

இரவில் விளக்கு அணைந்துவிடக் கூடாது. இருட்டு பயம். எனவே அதற்காக விளக்கை கொளுத்தி மூலையில் வைத்து இருப்பாள். நெருக்கி கட்டிலில் தாத்தாவோடு படுத்திருப்போம். "ஏண்டா காலைத் தூக்கித் தூக்கிப் போட்டு உடம்பை புண்ணாக்கிவிட்டாய்" என்று சிரித்துக் கொண்டே அவர் சொல்வார்.

தாத்தா தோட்டத்துக்குப் போய்விட்டால் மாமரம், கொய்யாமரம் எங்களின் சூறையாடலுக்குத் தாங்காது. கடித்துச் சுவைத்து வீசியெறிவது அதிகம். ஓடும் அணில் பின்னால் ஓட்டம். பறக்கும் பட்டாம்பூச்சியைப் பார்த்துக் கொண்டு ஓடி முள்ளிருக்கும் வரப்பில் கண் தெரியாமல் விழுந்து எழுந்து திரும்பவும் ஓடுவது அழகு.

வீட்டில் வைத்து குடிக்கும் சுடுகஞ்சியும் துவையலும் எவ்வளவு ருசி.

நினைவுகள் கிளர்ந்தெழுகின்றன, எவ்வளவோ சொல்ல. அது அந்தக் காலம். என்னதான் கெஞ்சினாலும் அவை வருமா?

வயது வளர்ந்ததால் இவையெல்லாம் இழந்துவிட்டோமோ?

அந்த நினைவுகள் மழை பெய்து செழித்த மலைப் பள்ளத்தாக்கின் பசுமையாய் இருக்கிறது, உள்ளே!

25. வரப்பு

குறிஞ்சி, முல்லை, மருதம், நெய்தல் ஆகிய நான்கு நிலங்களும் மிகவும் நெருங்கி நின்று அழகூட்டும் நிலப்பரப்பு கன்யாகுமரி மாவட்டம்.

எனக்குத் தெரிந்தவரை, இவ்வளவு விதம் விதமாக, இயற்கை அழகு கொள்ளையாய் கொட்டிக் கிடக்கும் எழில் பூமி வேறு எங்கும் இருக்கிறதா என்று தெரியவில்லை.

குமரிக் கண்டத்தைக் விழுங்கிக் கொண்ட கடல், கன்யாகுமரியோடு நின்று விட்டது எப்படியென்று பலமுறை குமரிக் கடலோரம் நின்று நினைப்பதுண்டு. இப்படி ஒரு அழகு கொஞ்சும் பூமியின் பகுதியை அழிப்பதற்கு ஆழிப்பேரலைக்கும் விருப்பமில்லை. எனவே குமரி முனையோடு நின்றுவிட்டது.

வாழ்வின் வனப்புப் பருவம், குமரிப் பருவம், குமரப் பருவம். நம் போட்டோவை எடுத்துப் பார்த்தால் அந்த விடலைப் பருவத்தில்தான் நாம்தான் எவ்வளவு அழகு? கொஞ்ச, துடிப்பு வெடிக்கும் பிள்ளையாக இருந்திருக்கிறோம் என்ற பெருமித ஏக்கம் வெளிப்படும்.

குமரி மாவட்டம் என்றும் மாறாத குமரி அழகில் நின்று நிற்பது. அதன் எழிலும், காற்றும் இதமான தட்பவெப்பமும், தண்ணீரும் அங்கு செல்பவர்களை அங்கேயே நிலைநிறுத்திவிடும்.

இந்த மாவட்டத்தில் பிறந்தவர்களுக்கு மலை, வயல், கடல், குளம், ஆறு, காடு என்பவையெல்லாம் ரொம்பவும் பழகிப் போனவை. ஊருக்கு அருகிலிருக்கும் குன்றில் ஏறி மகிழ்வது அடிக்கடி நடைபெறும் நிகழ்ச்சி.

எங்கள் பக்கத்திலுள்ள மலைகளில் "சுக்கு நாறி' எனப்படும் தடித்த புல் மிகச் செழிப்புடன், சுக்கு வாசனையுடன், பூக்கதிர்களுடன் காற்றில் அசைந்தாடும். அந்த மணத்தை வேறெங்கும் அனுபவிக்க முடியாது. அதைப் பறிக்க மலைக்குச் செல்வோம். அதைக் காய வைத்து, கிறிஸ்துமஸ், புது வருட இரவில் எரித்து மகிழ்வோம்.

மலையில் ஏறியவுடன் கீழே பார்த்தால் அடர்ந்த தென்னந்தோப்பு தெரியும். அதை ஒட்டி ஓவியம் வரைந்தது போன்று குளம். குளத்தை

அடுத்து சிறு சிறு பாத்தி போன்று வயல்கள் தோன்றும். உயரத்திலிருந்து பார்க்கின்றபோது, பரந்த உலகு சிறு கோடுகளால் கீறப்பட்டிருப்பது போலத் தோன்றுவது அழகாகத்தானிருக்கின்றது.

தென்னந்தோப்பு பச்சை வனம் போல தெரிகிறது. ஆனால், நஞ்சை வயல்கள், வரப்புக்களால் வடிவமைக்கப்பட்டு, பூமியில் கோடு போட்டது போலத் தோற்றமளிக்கும். வயலுக்கு வரப்புக்கள் எழில் கூட்டுகின்றன. பயிர்களுக்கு, இந்த வரப்புக்களே, வீட்டுச் சுவர்போல, பாதுகாப்பைத் தருகின்றன.

ஒவ்வொரு வரப்பும் ஒரு வரலாற்றுச் சுவடு. பைத்தியம் கிழித்த துணிபோல, வயல் நடுவே வரப்புக்குள் போடப்படவில்லை. மனித முயற்சிகள், தேவைகள், உறவுகளின் விரிவுகள், பிரிவுகள், கைமாறுதல் போன்றவற்றை பேசா மொழியில் பேசும் செப்பேடுகள்.

எத்தனை மனிதர்களின் பாதச் சுவடுகளை இந்த வரப்புக்கள் தாங்கி நிற்கின்றன!.

காலையில் எழும்பியவுடன், ‘ஓடிப்போய் வயலில் தண்ணீர் கிடக்கிறதா என்று பார்த்துவிட்டு வா’ என்று அம்மா சொல்வது வேதனையாக இருக்கும். “ஏல, எட்டி நின்று பார்த்துவிட்டு வந்துவிடாதே. நாலு வரப்பும் நடந்து சுற்றிப் பார்த்துவிட்டு வா’ என்பார்கள். எங்கள் வயல் வரப்பு, எங்களின் காலடித் தடங்களைத் தாங்கி நிற்கும்.

ஒன்றாயிருந்த பெரிய வயல், பெரியவரின் மறைவுக்குப் பின்னால், அண்ணன் தம்பியிடம் பங்கு போடப்படும். உறவில் ஏற்பட்ட விரிசல் போல, புதிய வரப்புக்கள் ஏற்பட்டிருக்கும். சிறிது வரப்பு தள்ளியிருக் கிறது என்பதற்காக, கொலைக்குச் சென்றவர்கள் உண்டு. நீதிமன்றங்களை நாடி, வக்கீலுக்கு அழுது, நிலத்தை இழந்தவர்களும் உண்டு. மனிதனின் ஆசை, கௌரவம், இவற்றின் வெளிப்பாடாக வரப்புக்கள் இருக்கின்றன.

ஒரு மன்னனுக்குக் கோட்டைக் கொத்தளம் எவ்வாறு அவன் அதிகாரச் சின்னமோ அதுபோல, ஒரு விவசாயிக்கு, அவன் வரப்பு அமைந்திருக்கின்றது, அவன் அதிகாரத்தின் எல்லைக்கோடு.

வரப்புக்களை, நண்டுகளும், எலிகளும் கரம்பும். நண்டில் சிலவு (துளை) வழியே ஒரு வயலிலிருந்து தண்ணீர் பாய்ந்து பக்கத்து வயலில் பாயும். நண்டு சிலவுக்குள் தண்ணீர் குமிழியிட்டு இறங்கி அடுத்த வயலில் பாய்வது பார்வைக்கு அழகாய்த்தான் இருக்கும். ஆனால், விவசாயிக்கு வயிற்றெரிச்சலாய் இருக்கும். கட்டிப் பிடித்திருக்கும் வரப்பைக் கொத்தி வெட்டி நண்டுச் செலவை அடைக்க முடியாது.

எனவே, வரப்புப் பக்கத்தில், பிள்ளை வரப்பு பிடிப்பார்கள். மிகச் சிறியதாய், வரப்பை ஒட்டி, தற்காலிக வரப்பு உருவாகும். எல்லாம் தண்ணீர் ஒழுக்கை அடைக்கத்தான்.

வரப்பை நண்டுகள் மட்டும் கரம்புவதில்லை. சில, ஆசையுள்ள மனிதர்களும் சுரண்டுவார்கள். வரப்பை வெட்டிச் சரிசெய்கின்றேன் என்ற பெயரில் ஒவ்வொரு பருவத்திலும், ஒரு அங்குலம், இரண்டு அங்குலம் அடுத்தவன் நிலத்தில் கை வைத்து விடுவார்கள். இரண்டு வருடத்தில், அரையடி நிலம் இவருக்கு கிடைத்துவிடும். பொதுவாக இருக்க வேண்டிய வரப்பு அடுத்தவன் நிலத்தில் இருவருக்கும் பொதுவாக மாறி இடம்பெயர்த்திருக்கும். மண் ஆசையை பார்க்க வேண்டுமென்றால் மானிடர்களின் வரப்பு நிர்வாகத்தைப் பார்த்தாலே போதும்.

வரப்புக்கள் தனியுடைமையின் அடையாளம். மேடு பள்ளத்தை நிர்வாகம் செய்வதற்கும், அளவாக விவசாயம் செய்வதற்கும் உருவான வரப்புக்கள், நாளடைவில், தனிமனித உரிமையின் வெளிப்பாடாக மாறிவிட்டது காலத்தின் வளர்ச்சி.

வரப்பில்லா வயல்கள் உருவானால், எவ்வளவோ குடுமிப்பிடிச் சண்டைகளும், நிலச் சிக்கல்களும் தீர்ந்துவிடும். தனியுடைமை ஒழிய வேண்டும் என்பது எவ்வளவு உயர்ந்த தத்துவமோ அவ்வாறே வரப்புக்கள் மறைந்த வயல்களும். தத்துவங்கள், நம் ஆதர்சன எண்ணங் களின் வெளிப்பாடாகவே இருக்கின்றனவேயன்றி, நடைமுறை சித்தாந்தங்களாக மாறுவது குறைவுதான். இதில் வரப்பு மறைந்த வயல்வெளிப் பெருக்கும் அடங்கும்.

கூட்டுக் குடும்பம் நல்லதுதான். குழுவாக வாழ்ந்த மனிதன் கூட்டுக் குடும்பமாக சுருங்கினான். இப்போது, கூட்டுக் குடும்பம் நொறுங்கி, தனிக் குடும்பமாக மாறிவருகின்றது.

சற்று முன்னதாக வரை, ஒரு வீட்டிற்கு ஒரு போன் இருந்தது. எல்லோரும் அதில்தான் அளவாகப் பேசினார்கள். இன்று ஒவ்வொருவர் கையிலும் ஒரு செல்போன். சிலர் இரண்டு மூன்று போன்கள் வேறு வைத்திருக்கின்றார்கள்.

நம் வீட்டின் நடுவில் ஒரு தொலைக்காட்சி பெட்டியிருக்கும். எல்லோரும் உட்கார்ந்து ஒரு சேனலை கண்மூடாமல் பார்ப்பார்கள். இன்று ஒரு அறைக்கு ஒரு டி.வி. பெட்டி, நூற்றுக்கணக்கான சேனல். எதைப் பார்ப்பது என்று அலைபாயும் மனம்.

இது வாழ்வின் வளர்ச்சி. அல்லது வளர்ச்சியால் வந்த வாழ்க்கை.

இவைகளை ஏற்றுக்கொண்டு, வாழ்வது உசிதமா அல்லது கூட்டுக் குடும்பம் என்று குடைந்து கொண்டிருப்போமா?

வரப்புக்கள் இன்னும் அதிகரிக்கலாம். ஆனால் ஒருவேளை, விவசாயம் செய்வோர் எண்ணிக்கை குறைந்தால், வரப்பின் எண்ணிக்கையும் நாளை குறையலாம். பரந்த நிலப்பரப்பு, வரப்பு இல்லாமல் கூட ஆக்கலாம்.

வரப்பில்லா சமூகம் பொதுவுடைமையின் அடையாளம்.

பொதுவுடைமை என்பது பேசுவதற்கு சுகமானதாகவும், அதைக் கடைப்பிடிப்பதற்கு கைகடிக்கும் சமாச்சாரமுமாக அல்லவா இருக்கிறது.

"இரண்டு வீடு வைத்திருந்தால் எனவே ஒன்றைக் கொடுத்துவிடு."

"சரிதான். என்னிடம் ஒரு வீடுதான் இருக்கிறது."

"இரண்டு கார் இருந்தால் ஒன்றைக் கொடுத்துவிடு."

"சரி, ஆனால் இருப்பது ஒரு கார்தான்."

"இரண்டு பேனா சட்டையில் இருக்கிறதே ஒன்றைக் கொடுத்துவிடு."

"அது என்னால் முடியாது. என்னிடம் இருப்பதை எப்படிக் கொடுக்க முடியும்?" என்றானாம் ஒருவன். இதுதான் மனிதனின் நிலை.

மனித ஆசைகள் இருக்கின்றவரை வரப்புக்கள் இருக்கும்.

வரப்புக்கள் இருக்கின்றவரை பயிர் பத்திரமாய் இருக்கும்.

26. பயம்

மாலை நேரம். மேற்கு மருந்துவாழ் மலையிலிருந்து காற்று வீசிக்கொண்டிருந்தது. மெல்லிய காற்று என்பதால், இரவு வேளை மனைவி காதோடு பேசுவது போல இரகசியமாய் தடவிச் சென்றது.

குளம் அமைதியாயிருந்தது. அலைகள் ஆர்ப்பாட்டமில்லை. விளக்குத் தண்டாய் வளர்ந்து, நாளை மலராய் விரிய இன்றே தவமிருக்கும் தாமரை மொட்டுக்கள், போராட்டம் நடத்தும் தொழிலாளர் கை போல உயர்ந்திருந்தது.

மாலை நேரத்து வானில் பறவைகள் பறந்து சென்றன. பறவைகள் விடுதலையின் குறியீடு. எல்லையிலாது பறந்து வானில் திரிய விரும்பும் மனிதனின் உள்ளக்கிடக்கையின் வெளிப்பாடு. உயர வானில் பறவைகள் பறக்கும்போது, மானுட இதயமும், அவைகளோடு சிறகடிக்கிறது. ஒரு உயர் அனுபவத்தை உள்ளே தருகிறது.

எங்கள் ஊர் குளத்தைக் காவல் செய்வது போன்று, இருக்கும் தென்னந்தோப்புகளின் கருமை நிறம் மாலைவேளையில் குளத்து நீரின் மீது படர்ந்தது. தென்னை தன் அழகைப் பார்க்கும் கண்ணாடியாக குளம் மாறியிருந்தது. அது தென்னையின் அழகா, அல்லது குளத்தின் அழகா தெரியவில்லை.

அதற்கு மேலே தெரிந்த மலைக்குன்றின் நிழலும் குளத்தில் படிந்தது. நிலையில் திரியாத மலையையும், நிழலால் அசைந்து, குளம் தன் சகதியை உயர்த்திப் பார்த்தது.

குளத்து நீர் பாய்ந்து, கரையின் மறுபுறம் பச்சை வயல்கள், வேர்வைக்கு விளைவாய் நிமிர்ந்து நின்றன.

நடந்துவிட்டு, அன்று திரும்பி வருகின்ற போது, மாலை மயங்கி, இரவு மெல்ல அடியெடுத்து வைத்துவிட்டது. வான்வீட்டு மாடியிலே, விதைத்த வைரமாய், விண்மீன்கள் கண்சிமிட்டின.

திடீரென்று ஒரு ஒளிப்புள்ளி பெரிதாக விரிந்தது. மேற்கு வானில், ஒரு நட்சத்திரம் விரிவடைந்து பூமியை நோக்கி, அல்லது என்னை நோக்கி வருவது போலிருந்தது. இந்தக் காட்சி முதலில் அபூர்வமா யிருந்தது. அழகாயிருந்தது. அதிசயமாய்த் தோன்றியது.

ஒரு நிமிடத்தில், அந்த ஒளிவெள்ளம் இன்னும் பருப்பொருள் போல திடமடைந்தது போலத் தோன்றியது. ஏது, ஏதோ ஒரு மிகப் பெரிய விண்கல், நம் ஊரை நோக்கிப் பாய்ந்து வருகின்றது என்ற அரைகுறை அறிவின் பயம் என்னைச் சிறிது உதறலெடுக்க வைத்தது.

குளக்கரையில் வேறு எவருமில்லை. இருட்டிவிட்டது. மறுகால் பக்கம் நிற்கும் மரத்தோட்டத்தில் பேய்கள் வாசஞ் செய்வதாகவும், சிலர் பலி கொடுப்பதாகவும், அவை பலி கேட்பதாகவும் கதை சொல்வார்கள். அந்தக் கதை நினைவுக்கு வந்தது. இது பேயின் மாய்மாலமா என்று தோன்றியது. வீட்டிற்கு ஓடுவோமோ என்ற பதைப்பு எழுந்தது.

ஒளி வெள்ளம் இன்னும் அருகில் வர அப்போதுதான் உண்மை புரிந்தது. தள்ளியிருக்கும் திருவனந்தபுரம் விமான நிலையத்திலிருந்து, விமானம் ஒன்று மேலெழுந்திருக்கின்றது. இரவாதலால், அதன் விளக்குகள், விமானம் மேலெழுந்து, அருகில் வர, பிரகாசமாய் ஆனது. இப்போது, தலைக்கு மேல் உயரத்தில், சிகப்பு விளக்கை அணைத்து அணைத்து தன் பயணத்தைத் தொடர்ந்து கொண்டிருந்தது, விமானம்.

ஒரு சில நிமிடங்களில் எத்தனை பயத்தை மனத்தில் ஏற்படுத்தி விட்டது! ஒளிப்புனலா, நட்சத்திர வீழ்ச்சியா, பேய்களின் கண்ணா என்று தன் இஷ்டப்போக்கிலே, பயத்தின் கவிதையை தாறுமாறாய் மனதில் எழுதிவிட்டதே!

பயம் மானுட உணர்ச்சி.

பயம் உணர்வுகளைத் தூண்டுகிறது. கூடவே தெளிவை மயங்கடிக் கிறது. இதயத்தைப் படபடக்க வைக்கிறது. பெரும்பாலும் ஓடிவிடு என்ற கட்டளையை வழங்குகிறது.

தெளிவும், அறிவும் உதயமாகத் தயங்கும் போது, பயம் எனும் பனித்திரை, மனத்தைக் கவ்விப் பிடித்துக் கொண்டு பார்வையைத் திரை போட்டு மறைத்து விடுகிறது.

அறியாமையே பயத்தின் வாய்க்கால்.

நான் சிறு பிள்ளையாக இருக்கும்போது, பேய்க்கதைகள் அதிகம். சாலைகள் அதிகம் வளராத காலம். சாலைகளின் இரு கரையிலும், தோட்டமும், மரங்களும் இருக்கும். மானுட குடியிருப்புக்கள், இன்று போல, இயற்கையை எங்கும் ஆக்கிரமித்து நிற்காத காலம்.

அந்த ஒற்றைப் புளியமரத்தின் அருகே போகாதே. இரவில் அந்தப் பக்கம் வராதே. அந்த ஆலமரம் பலரைப் பலி வாங்கியிருக்கிறது.

மோகினிப் பிசாசு, மாலையில், மல்லிகை மலர்சூடி, ஜல்ஜல் என சலங்கை ஒலிக்க நடந்து வருவாள். கூர்ந்து பார்த்தால், கால் தரையில் பரவாது. பல இளைஞர்களை பலி வாங்கியிருக்கின்றாள். ஊர்களில், இப்படிப் பேய்க்கதைகள் பிரசித்தம். பேய் இருக்கிறதோ இல்லையோ, பேய்க்கதைகள் இல்லாத ஊர்கள் இல்லை.

இன்றைய அறிவும், வளர்ச்சியும், இருளைப் பகலாக்கும் வெளிச்சமும், நல்ல சாலைகளும், போக்குவரத்தும், பேய்களைச் சாலைகளிலிருந்து அப்புறப்படுத்தி விட்டன. நம் குழந்தைகளுக்கு பேய்க்கதைகள் சொல்லும் நேர அவகாசம் நமக்கில்லை. அப்படியொரு அவசியமும் உருவாகவில்லை. மனிதன் தன்னைப் பற்றி அக்கறை கொள்ளாதபோது, பேய்களும் மெல்ல மறைந்த, பைய பழங்கதையாகி விட்டன போலும்.

ஒருநாள் இரவு, சைக்கிளில் வந்து கொண்டிருந்தார் என் அத்தை பையன். எனக்கு அத்தான் முறை வேண்டும். அந்தக் காலத்தில் நல்ல ராலி சைக்கிள் என்பது, சமூக அந்தஸ்தின் அடையாளம். இன்று போல இரு சக்கர வாகனம் தன் இராவணத் தலையைக் காட்டாத காலம். சைக்கிளில், இரவில் டைனமோ போட்டுக் கொண்டு அந்த வெளிச்சத்தில் செல்லுவர். இரவில் விளக்கு இல்லாமல் சைக்கிள் ஓட்டினால் போலீஸ் பிடித்து தண்டிக்கும் காலமது. எங்கள் ஊரிலிருந்து, அவர் வீடு பக்கத்துக் கிராமம். இரண்டுக்கும் இடையில் சாலையில் ஒரு கல்லறைத் தோட்டம் உண்டு. இரவில் அங்கு பேய்கள் உலாவுவதாகச் சொல்வார்கள்.

அன்றைக்கு அவர் சைக்கிளை மிதித்துக் கொண்டு, டைனமோ விளக்கு வெளிச்சத்தில் கல்லறைத் தோட்டம் அருகில் வந்தார். நள்ளிரவு. ஆள் நடமாட்டம் இல்லை. பொதுவாகவே, கல்லறைத் தோட்ட எல்லையில் எவரும் திரும்பிப் பார்க்காமல், வேகமாக சைக்கிளை மிதித்துச் செல்வார்கள். அவரும் வேர்வை வர வேகமாக சைக்கிளை மிதித்தார். கல்லறைத் தோட்டத்திற்கு அருகில் வந்தவுடன், பிரகாசமாக எரிந்த சைக்கிள் விளக்கு, திடீரென்று அணைந்தது. கும்மிருட்டு. பாதையின் இருளை விட, பயத்தின் இருள் அதிகமாகியது. இதயம் டக்கென்று அடித்தது. ஏதோ பேய் சதி செய்துவிட்டது என்ற பயம்.

சைக்கிளின் வேகம் அதிகரித்தது. முன்னே இருள் என்றாலும், கண் பார்த்தது. வண்டி பறந்தது. இரண்டு கிலோ மீட்டர் சில நிமிடங்களில் கடந்து வீட்டை அடைந்து வண்டியை நிறுத்தினார். உடம்பு பூராக வேர்வை. தன்னை ஆசுவாசப்படுத்திக் கொண்டார். ஸ்டாண்டு போட்டார். பெடலில் கால் வைத்து, சைக்கிளை மிதித்துப் பார்க்கும் போது, விளக்கு எரிந்தது.

உள்ளிருக்கும் பல்பு எரிந்து போயிருக்கலாம் என்று தன்னை ஆசுவாசப்படுத்திக் கொள்ளலாம் என்றால், "இல்லை', வேறு ஏதோ அமானுஷ்ய காரணம் என்பது போல விளக்கு இப்போது எரிகின்றது.

தற்செயலாக நிகழ்ந்ததா? அதுவும் கல்லறைத் தோட்டத்தின் அருகில் தான் இது நிகழ வேண்டுமா? பின் எவ்வாறு எரிந்தது?

இந்தக் கேள்விகளை விட, ஆபத்தில்லாமல் நான் தப்பித்துவிட்டு வந்து விட்டேனே என்று அவர் நிம்மதியடைந்தார்.

இன்று அந்த வழியாக நூற்றுக்கணக்கான இரு சக்கர வண்டிகள் செல்லுகின்றன. யாருக்கும் விளக்குகள் அணைவதில்லை. விஞ்ஞான வளர்ச்சி பேய்களைத் துரத்தியடித்து விட்டது போலும்.

பேய்கள் இருக்கின்றனவோ, இல்லையோ தெரியாது. அவைகள் கெடுதல் செய்யுமா தெரியாது. ஆனால், அவை மீது கொண்ட பயம் கெடுதல் செய்கிறது. பேயை விட பேயின் பயம், பயங்கரமானது. பயமே, பேயை பெருக்குகிறது.

அறிவுக் கண்ணில், தெளிவுப் பார்வை துலங்கியபோது, பேயும் பயந்து, தங்களின் இருப்பிடமான நரகத்தை நோக்கி ஓடிப்போய் விட்டன போலும்.

நரகம் என்பது, அறிவார்ந்த பூமியில் இல்லை.

27. பார்வை

மேஜை மீது நன்கு துடைக்கப்பட்ட கண்ணாடித் தம்ளர்.

"தம்ளரில் என்ன இருக்கிறது"

"தண்ணீர் இருக்கிறது"

"எவ்வளவு தண்ணீர் இருக்கிறது?"

"பாதி தம்ளர் அளவு தண்ணீர் இருக்கிறது."

"மீதி என்ன இருக்கிறது."

"வெற்றிடம் என்று சொல்லலாம்."

"வெற்றிடமா அல்லது வேறு ஏதாவது இருக்கிறதா?"

"பார்ப்பதற்கு வெற்றிடம். உள்ளே காற்று நிறைந்திருக்கலாம்"

"தம்ளரில், பாதி தண்ணீர், பாதி வெற்றிடம், தம்ளரில் எது இருக்கிறது என்று நீ பார்க்கிறாய்?"

"தம்ளரில் தண்ணீர் இருக்கிறது என்பேன்" என்றான் புத்திசாலியாக.

தண்ணீரைப் பார்ப்பது, அல்லது அதன் மேலிருக்கும் வெற்றிடத்தைப் பார்ப்பது நம் பார்வையின் பக்குவம்.

சிலர் தண்ணீரைப் பார்க்கின்றார்கள். சிலர் வெற்றிடத்தைப் பார்க்கின்றார்கள்.

அரை தம்ளர் தண்ணீர் இருக்கிறது என்று மகிழ்வு கொள்ளுகின்றார்கள் சிலர். முழுதாய் தண்ணீர் இல்லையே என்று ஆயாசப்படுகின்றார்கள் சிலர்.

எப்படிப் பார்ப்பது என்பது நம் தேர்வு. நம் விருப்பம்.

சிறையில் இருவர் படுத்திருந்தனர். இரவு நேரம். உயரத்திலிருக்கும் ஜன்னல் வழியே நிலவு அவர்கள் மீது ஒளி வீசியது.

"அரை நிலவு, எவ்வளவு அழகாக பால் போல ஒளிவீசுகிறதே" என்று வியந்தான் ஒருவன்.

"முழு நிலவு, தேய்ந்து தேய்ந்து அரைநிலவு ஆகி, என்னைப் போல் தேய்ந்து வருகிறதே" என்றான் இன்னொருவன்.

இருவரும் சரிதான். இருவர் சொல்வதிலும் உண்மையாயிருக்கின்றது.

உண்மைக்குப் பல முகங்கள் இருக்கின்றன. ஒரு கோணத்திலிருந்து பார்க்கும்போது ஒருவிதமாகத் தெரிகிறது. உண்மையை முழுமையாகப் பார்க்கும்போது, அதன் முழு வடிவம் நமக்குத் தெரிய வருகின்றது.

உண்மை, முழு உண்மை, உண்மையைத் தவிர வேறொன்றுமில்லை என்று உண்மையின் பரிணாமம் நிறைவடைகின்றது.

நாம் எதைப் பார்க்க விரும்புகின்றோமோ அதைப் பார்க்கின்றோம்.

ஒரு புது கார் நாம் வாங்கியிருக்கிறோம். திடீரென்று, சாலையில் அந்த மாடல் கார்கள் எங்கும் ஓடிக்கொண்டிருப்பது போலத் தோன்றும். திடீரென்று இந்த மாடலில் இவ்வளவு கார்கள் வந்துவிடவில்லை. அவைகள் ஏற்கனவே ஓடிக்கொண்டிருக்கின்றன. அவற்றை நாம் நோக்கவில்லை. இப்போது அவற்றைப் பார்க்கும்போது, நம் கண்ணில் தொடர்ந்து படுகின்றன. நாம் பார்க்க விரும்புவது நமக்குத் தெரிகிறது. எப்படிப் பார்க்க விரும்புகிறோமோ அப்படி நமக்குத் தெரிகிறது.

ஒரு பிரச்சினையிருக்கிறது. இருவர் சம்பந்தப்பட்டிருக்கின்றார்கள் என்றால், இருவர் பார்வையும் ஒன்றில்லை. ஒருவர் பிரச்சினையை பூதாகாரமாகப் பார்க்கிறார். இன்னொருவர் பிரச்சினையின் தீர்வைப் பார்க்கின்றார். ஒருவர் சிக்கலாகப் பார்க்கிறார். மற்றவர் எளிதாகப் பார்க்கிறார். எப்படி நாம் பார்க்கிறோமா அதுதான் பிரச்சினையின் தன்மை.

உலகில் ஒரு காரியம் இருக்கின்றது. அதை மாற்ற முடியாது. ஆனால் அதை அணுகும் முறையை மாற்றுகின்ற திறமை நம்மிடம் இருக்கின்றது. நம்மை அழுத்தும் சுமையாகப் பார்க்கலாம். நமக்கு புதிய வாய்ப்பினைத் திறந்துவிடும் கதவாகப் பார்க்கலாம்.

எப்படி நாம் பார்க்கிறோமோ, அப்படி நம் அணுகுமுறையிருக்கிறது. நம் அணுகுமுறையில், நம் வெற்றியிருக்கின்றது.

சகதியிலிருந்து இவ்வளவு அழகு தாமரை பொலிந்து நிற்கிறதே என்றும் பார்க்கலாம். அசிங்கமான சகதியில், இந்தத் தாமரை போய் முளைத்து நிற்கிறதே என்று அசூயைக் கொள்ளலாம்.

கஞ்சாக் கவிஞனிடமிருந்து நெஞ்சையள்ளும் கவிதை கிடைக்கிறதே என்றும் பார்க்கலாம். கஞ்சாக் கவிஞனிடமிருந்து வேறு என்ன எதிர்பார்க்க முடியும் என்றும் முடிவு கட்டலாம்.

அம்மா எவ்வளவு அன்பாக இருக்கிறார் என்றும் கருதலாம். அன்பாயிருப்பது அவளின் கடமை. இதில் என்ன விசேசம் இருக்கிறது என்றும் பார்க்கலாம்.

புதிய நகரத்துக்குள் ஒரு வியாபாரி வந்தான். கோட்டை வாசலில் நின்ற காவற்காரனிடம், "இந்த ஊர் மக்கள் எப்படியிருக்கின்றார்கள்" என்று கேட்டான்.

"நீ வருகின்ற ஊரிலுள்ள மக்கள் எப்படியிருந்தார்கள்?" என்று காவலாளி கேட்டான்.

"சுத்த மோசமானவர்கள். பழகுவதற்கு இலாயக்கற்றவர்கள். நாணயமற்றவர்கள். நட்பில்லாதவர்கள்" என்றான்.

"அப்படியென்றால், இங்குள்ள மக்களும் அப்படித்தானிருப்பார்கள்" என்றான் காவலாளி.

சிறிது நேரம் கழித்து இன்னொரு வியாபாரி வந்தான்.

"ஐயா, இந்த ஊர்மக்கள் நல்லவர்கள்தானே" என்று கேட்டான்.

"நீ வருகின்ற ஊரிலுள்ள மக்கள் நல்லவர்களா" என்று வாயிற் காப்போன் கேட்டான்.

"ஆமாம் ஐயா அவர்கள் ரொம்ப நல்லவர்கள். பழகுவதற்கு இனியவர்கள். நம்பி எதையும் செய்யலாம். துயர் என்றால் ஓடி வந்து உதவுவார்கள்" என்றான்.

"ஓ அப்படியா! இந்த ஊர் மக்களையும் அவ்வாறே நீங்கள் பார்க்கலாம்" என்றான் காவலாளி.

துரியோதனனுக்கு ஊரில் ஒரு நல்ல மனிதர் கண்ணில் தென்படவில்லை. தர்மருக்கு ஒரு கெட்ட மனிதர்கூட நாட்டில் கிடைக்கவில்லை. எல்லாம் அவர்களின் தேடலில் இருக்கிறது.

சிறு வயதில் கன்யாகுமரிக்கு பள்ளிக்கூடத்திலிருந்து கூட்டிச் சென்றார்கள். நம் பள்ளிக்கூடமும், ஆசிரியர்களும், சுற்றுலா சென்ற அனுபவம் என்றும் மறப்பதில்லை. பசுமரத்தில் ஆணியால் பதித்த எழுத்தாய் அவை நிலைத்து நிற்கின்றன. நினைத்துப் பார்க்கின்றபோது, இப்போதும் இன்பமான அனுபவத்தை பிறப்பிக்கும். வீட்டிலிருந்து,

'டேய், தாயம் விளையாட சோளி பொறுக்கிக் கொண்டு வாடா' என்று சொல்லிவிட்டார்கள். உடைந்த தேங்காய் போல அரைவட்ட வடிவில் சோளியிருக்கும். அது நிமிர்ந்து விழுவதும், கவிழ்ந்து விடுவதையும் வைத்து தாயக்கட்டை விளையாட்டு விளையாடுவார்கள்.

நான் கடற்கரைக்குப் போனபோது, கவனமெல்லாம் சோளியைப் பொறுக்குவதில்தான் இருந்தது. அலை சிறிது உள்வாங்கியதும் ஓடிப்போய் இரு கை நிறைந்த கிளிஞ்சல்களை அள்ளிக்கொண்டு வந்து கரையில் வைத்து பார்ப்பேன். சோளிகள் இருக்கும், அல்லது இருக்காது. இவ்வாறு பலமுறை செய்தபோது, சோளி பத்துக்கு மேல் சேர்ந்துவிட்டது. நண்பர்கள் கேட்டார்கள். "டேய் உனக்கு மட்டும் எப்படி இவ்வளவு சோளிகள் கிடைத்தனர் என்று. "பொறுக்கினேன் கிடைத்தது" என்று அன்றைக்குப் பதில் சொல்லியிருப்பேன். இன்று அதை நினைத்துப் பார்க்கின்றபோது, நாம் தேடுவது கண்ணில் படுகிறது என்ற புதிய பார்வையின் தாத்பரியம் தெரிய வருகின்றது.

வாழ்வில் ஒருபோதும் சிரமம் இல்லை. சிரமம் என்பது பார்க்கப் படும் பொருளில் இல்லை. பார்ப்பவரின் கண்களில் இருக்கிறது. நாம் பார்க்கும் விதத்தில் வாழ்வு இருக்கின்றது.

எது வேண்டும் என்று பார்க்கின்றபோது அது கிடைக்கின்றது.

சாக்குப் போக்கு வேண்டும் என்றால் அதுவும் கிடைக்கின்றது.

சாதிக்கும் தீர்வு வேண்டுமென்றால் அதுவும் கிடைக்கின்றது.

பந்தலிலே கிடக்கும் பாகற்காயை, பறித்துக் கொண்டு போவதற்கும் பார்க்கலாம். அதுபோல ஒரு பந்தலை தன் வீட்டிலும் போட்டு, அடுக்கடுக்காய் பாகற்காய் பெறுவதற்கும் பார்க்கலாம்.

பார்வையில் ஆக்கப்பூர்வ தன்மை மலருகின்றபோது, நமக்கு விடை கிடைக்கின்றது. இன்பம் பெருகுகின்றது. நன்மை விளைகின்றது.

நம் பார்வை நம் கையில். அது நம் தேர்வு. அது ஒரு பழக்கம். அதுவே நம் எதிர்காலம். நம் நல்ல காலம்.

28. பைய

“டேய், முக்கடி கடைக்குப் போய், மிளகாய் வாங்கிட்டு வர்றியா?”

“போம்மா, நான் விளையாடிட்டிருக்கேன்.”

“எனக்கு அடுப்படியிலே வேலையிருக்கு. கொஞ்சம் போயிட்டு வந்திரு.”

“எப்பவும் நீங்க என்னத்தான் வேலை வாங்கிறீங்க.”

“ஓடிப் போய்ட்டு வா. மிச்சத்துக்கு மிட்டாய் வாங்கிக்க.”

“காசு எங்கேயிருக்கு.”

“இந்தா, பையப்போ. அவனவன் வண்டி அடிச்சிக்கிட்டு, சைக்கிள் ஓட்டிக்கிட்டு கண்ணு மண்ணு தெரியாமல் வருகிறான். பார்த்துப் போ.”

சிறு பிள்ளையாய் இருக்கும்போது, வீட்டில் நடக்கும் நிகழ்ச்சி. இதை இப்போது நினைத்தாலும் எவ்வளவு நெகிழ்ச்சியாக இருக்கின்றது!

அம்மாதான் எவ்வளவு அன்பாக இருப்பார்கள். என்னைப் பையப் போ என்று சொல்லிவிட்டு, நான் வருவதற்கு கொஞ்சம் நேரம் ஆகிவிட்டது என்றால், வாசலில் வந்து தெருவைப் பார்த்துக் கொண்டு நிற்பார்கள்.

அம்மாவின் அன்பு வளைய அலைகளுக்கு எல்லையேது? முடிவில்லாமல் அந்த அலைகள் புரண்டு எழுந்து கொண்டிருக்கும்.

விடுமுறையில் பாட்டி வீட்டுக்குச் சென்றால், வீடு நிறைய பிள்ளைகள் இருக்கும். இப்போது போல் ஒன்றோடு நிறுத்திக் கொள்ளும் காலம் இல்லை. பிள்ளைகளை எண்ணிக்கைச் சுமையாக, வேலைக்கு இடைஞ்சலாக பார்க்காமல், இயற்கையின் வரவாக பார்த்த காலம். இப்போது மூன்று பிள்ளைகள் அம்மாவைச் சுற்றிக்கொண்டு வருவதைப் பார்க்கின்றபோது அது விநோதமான காட்சியாக அல்லவா படுகின்றது! அப்போது எல்லாருக்கும் கைநிறைய, தோள் நிறைய குழந்தைகள். எங்கள் அனைவருக்கும் தட்டில் நிறைய சோறு போடுவது என்பதே என் நல்லம்மாவிற்கு பெரும் வேலைதான்.

சிலவேளை என்னை உட்கார வைத்து ஒரு வட்டிலில் சோறு போட்டு பிசைந்து உருட்டி, நடுவில் கூட்டை வைத்து கையில் உருண்டையை வைப்பாள். அவள் அடுத்த கைக்கு சோற்றுருண்டை வைப்பதற்குள், இந்தக் கையும் அவள் முன்னே நீண்டிருக்கும்.

“ஏலே, பையத் தின்னு. விக்கிடப் போகுது” என்ற அவர்களின் வார்த்தைகள் இப்போது நினைத்துப் பார்க்கின்ற போது, அன்பின் நெடியில் மனம் உற்சாகம் அடைகின்றது.

‘பைய’ என்ற வார்த்தை வெகு சாதாரணமாக தென் தமிழகத்தில் புழக்கத்தில் இருக்கிறது.

‘மெதுவாக, அவசரப்படாமல்’ என்ற பொருளைத் தரும்.

பைய, இயல்பாக வாழ்க்கை ஓடிக் கொண்டிருந்தது. இன்று வாழ்க்கையில்தான் எவ்வளவு வேகம்? எவ்வளவு அவசரம், எவ்வளவு பரபரப்பு!

பச்சை விளக்கு அணைந்து, சிகப்பு விளக்கு எரியப் போவதற்கு முன்னால், ஆரஞ்சு விளக்கு எரிகின்றது. இந்த ஆரஞ்சு விளக்கின் இடைவெளிக்குள், எப்படியாவது போக்குவரத்து சிக்னலைக் கடந்துவிட வேண்டும் என்று ஒவ்வொரு வாகன ஓட்டியிடமும் எவ்வளவு குறுகுறுப்பு இருக்கின்றது!

மீண்டும், சிகப்பு விளக்கு அணைந்து, பச்சை விளக்கு போட்டதும் எவ்வளவு பரபரப்பு. வரிசையில் கடைசியில் நிற்பவர் கூட அங்கிருந்து தன் ஒலிப்பானை அமுக்குகின்றார். முன்னால் நிற்பவர்கள், ஏதோ, வாகனப் பந்தயத்தில் கலந்து கொண்டவர்கள் போல, புயலில் ஓடும் ஈசல் போல பறக்கின்றார்கள். எவராவது சற்றுப் பைய ஓட்டினால், அவர்களைச் ‘சாவுக்கிராக்கி’ என்று திட்டிக் கொண்டு இவர்கள் முந்திச் செல்கின்றார்கள். வாயில் அர்ச்சனை. காலில் வேகம். கையில் பரபரப்பு. கண்களில் பந்தய அவசரம். எதைச் சாதிக்க இவ்வளவு வேகமாக ஓடுகின்றோம்? மற்றவர்களை முந்த வேண்டும் என்ற உந்துதலால் இப்படி நடந்து கொள்கிறோமா?

இருபதாம் நூற்றாண்டு, மனித வாழ்விற்கு வழங்கிய வரம், அவசரம். நேரத்தையும், காலத்தையும் வென்று விட்டதாய் மானுடம் விரைவு வாகனங்களைக் கண்டுபிடித்தது. எனவே பைய வாழ்வது என்பது கவைக்கு உதவாத வாழ்க்கை என்பது போல, ‘டாப் கியர்’ வாழ்க்கை முறை நமக்கு பழக்கமாகிவிட்டது.

காந்தியடிகளின் இந்த வரிகள் எனக்கு மிகவும் பிடிக்கும்.

“THERE IS MORE TO LIFE THAN INCREASING ITS SPEED”.

“வேகத்தை அதிகரிப்பதிலும் முக்கியமான காரியங்கள் வாழ்வில் இருக்கத்தான் செய்கின்றன.”

வாழ்வு என்பது வேகம் அல்ல. வாழ்வை அனுபவிக்க வேகம் ஒரு துணையல்ல.

உலகியல் எல்லாம் இயல்பாக, ஒரு குறிப்பிட்ட வேகத்தில் நடைபெறுகிறது. இங்கே வேகத்தைக் கூட்டுவது என்பது இயற்கையின் விதிகளை மீறுவது போலத்தான்.

நம் அவசர வாழ்வில் நாம் எதையெல்லாம் இழக்கின்றோம்? பரபரப்பில் எதையெல்லாம் அனுபவிக்காமல் தொலைத்து நிற்கின்றோம்?

மண்ணுக்குள் புதைத்த விதை, தன்னை உடைத்து மண்ணைப் புரட்டி, தன் தளிரிதழை மேலே விடுகின்றது. மிகப் பையவே தன் வாழ்வைத் தொடங்குகின்றது.

உச்சிக் காம்பினிலே, மொட்டு கூம்பி நின்று உள்ளுக்குள் தன் அழகை, இறுக்கிய கையால் மறைத்து வைத்துக் கொண்டிருக்கிறது. நாளைக்கு காலையில் பைய இதழவித்து, அழகை பிரசவிக்கிறது.

காலை வேளையில் கிழக்கு வானில் கதிரவன்தன் மற்றுமொரு பயணத்தைத் தொடங்குகின்றான். நொடிக்கு நொடி நிகழும் அந்த மாய சித்திரப் புனைதலில் எவ்வளவு அழகுக் கொட்டிக் கிடக்கின்றது. இவை பையவே, நிகழ்கின்றன.

கோட்டைச் சுவரென எழுந்து நிற்கும் மலையின் உயர்வில் எவ்வளவு கம்பீரம். எவ்வளவு அமைதி. எவ்வளவு நிரந்தரம்!

மலையின் வேர்வையென பைய ஓடி வரும், ஓடையின் நடைப் பயணத்தில்தான் எவ்வளவு மென்மை. சப்தமில்லாமல் அது சங்கீதம் இசைத்துக் கொண்டு வரும் தன்மைதான் என்ன சுகம்.

பைய ஓடி வந்து, தன் அப்பாவின் காலைக் கட்டிப் பிடித்துக் கொண்டு, தலையை உயர்த்திப் பார்க்கும், குழந்தையின் கண்களில் எத்தனை உணர்வுகளின் பின்னல்! பார்வையில்தான் அன்பின் பிரவாகம். அதன் மெல்லிய கைகளுக்குள் எவ்வளவு மென்மை. இதயத் தடிப்பைக் கரைத்துவிடும் வலு அதற்கு எப்படி வந்தது?

நடக்கும்போது என் பின்னே வந்து என் காலை நக்கி என் முன்னே வாலை ஆட்டிக் கொண்டு நிற்கும் நாய்க்குட்டியை, அன்புடன் அதன் முதுகில் தடவிக் கொடுக்கும்போது, அது இன்னும் வேகமாக வாலை ஆட்டி அன்பை வெளிப்படுத்தும் போது, வாழ்வின் சுவையை, வாழ்வின் நோக்கத்தை நான் அனுபவித்து வருகின்றேன்.

ஏதோ ஒரு பக்கத்தை புரட்டுகின்றேன். எழுத்துக்களின் இசையொலியாக கருத்துக்கள், பையவே ஓடாமல் ஓடிக் கொண்டிருக்ன்றன. வீணையைத் தட்டிப் பார்த்ததும், 'ம்மென' அதிருவது போல, அந்தக் கருத்து எனக்குள் மெல்ல இதய ஒலியை அதிரச் செய்யத்தான் செய்கின்றது.

ரொம்ப நாளைக்குப் பின்னர் நண்பரைச் சந்திக்கின்றேன். அவனிடம் எவ்வளவு மாற்றங்கள். இருவரும், அருகிருக்கும் திண்டில் உட்கார்ந்து பையவே பழங்கதைகள் பேசி மகிழ்கின்றோம்.

வாழ்க்கையில்தான் இப்படி எத்தனை அனுபவ முத்துக்கள் நம் முன்னே இருக்கின்றன. இவற்றை எடுத்துக் கோர்த்து, மாலையாக அணிந்து மகிழும் அக்கறை இல்லாமல் போகிறதே.

எல்லாம் அவசரம் என்றால், வாழ்க்கையேது?

இந்த ஓட்டத்தில் என்ன நாம் பெறுகின்றோம்?

வாழ்வையே அல்லவா நாம் இழக்கிறோம்.

அனுபவங்களின் தொடர் சரடுதான் வாழ்க்கை. சொத்தையான அனுபவங்களால் அதைத் தொகுத்தால், யாருக்கு என்ன பயன்?

பையத்தான் வாழப் பழகினால், வாழ்வின் மறைந்துக் கிடக்கும் அனுபவங்களை இசைத்துத் தட்டிப் பார்க்கும் வாய்ப்புக் கிடைக்குமே.

வீட்டின் முன்னே வளர்ந்து நிற்கும் தென்னை மரத்தைப் பார்க்கின்றேன்.

தன் வளர்ச்சியின் வடுக்களை தன் உடம்பில் தாங்கி எவ்வளவு உயரமாக அது வளர்ந்திருக்கின்றது.

காற்றில், அதன் கீற்றுக்கள் ஆடுவதில்தான் எத்தகைய நடனம். நெடிதாய் வளர்ந்து, உறுதியாய் நிற்கும் தென்னை, ஒரு நாளில் வளர்ந்து விடவில்லை. பையவே வளர்ந்தது.

வையம் பையவே இயங்குகின்றது. பையவே செல்லும் அனுபவமே வாழ்வு.

பையவே அதிர, இசையெனும் இன்ப ஊற்று, இசைக் கருவியில் பிறக்கிறது.

பையச் செல்ல என்னைப் பழக்கு, என் இறைவா!

29. தொப்பை

கிறிஸ்துமஸ் நெருங்கி வருகிறது என்றால், முன்பெல்லாம் எங்களூரே முறுக்கு மணத்தில் திளைக்கும். எல்லா வீடுகளிலும் முறுக்கு சுத்த ஆரம்பித்து விடுவார்கள்.

அதிலும் அச்சு முறுக்கு எனப்படும் இனிப்பு முறுக்கு வெகு பிரசித்தம். சிறு பிள்ளையில் அதை 'கொக்குஸ்' என்று சொல்லித் திரிவோம். 'குக்கிஸ்' என்ற ஆங்கிலத்தின் திரிபு என்று நினைத்துக் கொள்கின்றேன்.

முன்பெல்லாம் கால்படி அரிசி போட்டு முறுக்கு சுடுவதில்லை. பக்கா கணக்கில் அரிசி போட்டு பல பெரிய பெட்டிகள் நிறைத்து முறுக்கைச் சுட்டு வைப்பார்கள் அம்மா.

அன்று முழுவதும் அம்மாவுக்கு அவ்வளவு வேலை. வீட்டில் வேறு சமையல் இருக்காது. முறுக்கைத் தின்பதால் எங்களுக்குப் பசிக்காது. எண்ணெய் வாடையில் நின்று அம்மா சாப்பிட பிடிக்கவில்லை என்பார்கள்.

இவ்வளவு முறுக்கும் எங்களுக்குத்தான் என்றில்லை. பெரிய மாமா, சித்தி, பாட்டி, அத்தை வீடு என்று பெட்டி பெட்டியாய்க் கொண்டு கொடுப்பது எங்கள் வேலை.

'கிறிஸ்துமஸ் வரையாவது முறுக்கு வேண்டும்' என்று அம்மா அரங்கு வீட்டில் ஒளித்து வைத்து, சாவியைப் போட்டு பூட்டி வைப்பார்கள். எப்படியோ உள்ளே புகுந்து, பாக்கெட்டில் நிரப்பி, வெளியே பறந்து விடுவோம். உள்ளே வைத்துத் தின்றால் நொறுக்கும் சப்தம் கேட்டுவிடும் என்பதனால்தான். காலையில், சாப்பிட்டால் அச்சு முறுக்கை பொடி பண்ணி போட்டு, கரண்டி போட்டு எடுத்துச் சாப்பிடுவதை இப்போது நினைத்தாலும் இனிக்கிறது.

இந்தக் கிறிஸ்துமஸுக்காக நாங்கள் ஏங்கிக்கொண்டிருப்போம். முன்பெல்லாம் பண்டிகை என்றால் பட்சணம். பண்டிகையின் போதுதான் முறுக்கு போன்றவை செய்வதனால், அதற்காக ஏங்குவது உண்டு.

இன்று வீடுகளில் பட்சணம் செய்வது வெகுவாகக் குறைந்து விட்டது. நம் மாதரசிகளுக்கு நேரம் இல்லை. செய்து கொள்ளும் பக்குவமும் வர மாட்டேன் என்கிறது. முக்கியமாக, காசு கொடுத்தால் மூலைக்கு மூலையிலிருக்கும் கடைகளில் எல்லாம் கிடைக்கிறது, புதுப் புது ருசியுடன். கையில் பணம் வேறு புரளுவதனால், வீட்டில் பட்சணம் நிரம்பி வழிகின்றது. தினமும் பட்சணம்தான். தின்பதற்கு வெறுப்பு வேறு வருகின்றது.

இப்படி பட்சணப் படையலை உண்டு, நாம் கொழுத்துத்தான் போயிருக்கின்றோம்.

இந்தத் தலைமுறை உயரத்தில் வளர்ந்தும் இருக்கின்றது. பக்கவாட்டில் சுற்றிக் கனத்தும் இருக்கின்றது.

கத்திரிக்காய் போன்று உடலைத் தூக்கிக் கொண்டு பள்ளிக் குழந்தைகள் காரிலிருந்து கஷ்டப்பட்டு இறங்குவதைப் பார்க்கும்போது நமக்கு கஷ்டமாக இருக்கின்றது.

சென்ற நூற்றாண்டு ஆண்களுக்கு இரண்டு சாபங்களை வழங்கி யிருக்கின்றது. ஒன்று தலையில் வழுக்கை. இன்னொன்று வயிற்றில் தொப்பை.

தொப்பை என்பது புருஷலட்சணம் என்று சொல்கின்ற அளவிற்கு, வயிறு முட்ட தண்ணீர் குடித்த பசு போல மனிதர்கள் பெருத்துத்தான் போய்விட்டார்கள்.

தொப்பை என்பது ஊளைச் சதை. அளவுக்கு மீறிய அலங்காரம் போல, உடலுக்கு அவலட்சணத்தையும், அவஸ்தையையும் தருகிறது. முருகன் மயிலில் உலகைச் சுற்றி வலம் வந்தது போல, சிலரின் இடுப்பைச் சுற்றி வருவதற்கு, பிரயத்தனம் படச் செய்ய வேண்டியிருக் கின்றது.

மார்கழி மாதம். அதிகாலை வேளை. நல்ல பனி விழுந்து கொண்டிருந்தது. பனியில் நடந்தால் நோய் வரும் என்பார்கள். பனி நம் தலை வழியே உள்ளே இறங்கினால் சளி பிடித்துக் கொள்கின்றது. எனவே விரைவாக நடந்தால், நம் மயிர்க்கால்கள் வழியாக, வேர்வை உள்ளிருந்து வெளியே வருகிறது என்றால், பனி வெளியே தடுத்து நிறுத்தப்படுகிறது.

அன்றும் நான் விரைவாக நடந்து கொண்டிருந்தேன். ஒரு அடுக்கு மாடி வீட்டின் வாசலில் ஒருவர், பனிக்காக தலையில் "மப்ளரை' நன்றாக இறுக்கிச் சுற்றியிருந்தார். பனியிடமிருந்து தன் வழுக்கைத் தலையைப் பாதுகாக்கத்தான். ஆனால் வெற்று உடம்போடு அந்தப்

பனியில் நின்று கொண்டிருந்தார். நடுங்கும் குளிரில் இவர் எப்படி என்றால், எல்லாம் பருத்த உடம்பின் மாயந்தான். சிறிது நடந்தவுடன், தொப்பை உடம்பிற்கு சூடு வந்து விடுகின்றது. வெளியே இருக்கும் குளிர் அல்லது மின் விசிறிக் காற்று அவர்களுக்கு எப்போதும் தேவையாயிருக்கிறது.

தொந்தியும், தொப்பையுமாய் இருப்பவர்கள் பொதுவாக குறைவாகவே சாப்பிடுவதாகச் சொல்கின்றார்கள். ஒல்லியாக இருப்பவர்கள் அவர்களை விட அதிகமாக சாப்பிடுகின்றார்கள். இதில் அடியேனும் அடக்கம். எங்களையெல்லாம், "நாய்க் குடல், எவ்வளவு தின்றாலும் எடுக்காது'' என்பார்கள்.

தொப்பை, இன்றைய உணவின் மிச்சம் மீதியல்ல. நேற்று உண்ட அளவுக்கதிக உணவு வகையறாக்களின் உடல் வெளிப்பாடு. சதையின் வேண்டாத சேமிப்பு. இதயத்திற்கு அதிக வேலை தரும் பிண்டம்.

நாவு என்ற மண்வெட்டி தோண்டி தோண்டி உடம்பிற்குள் குவித்த சதைக் குவியல்.

அளவாக எல்லாம் இருப்பதே அழகுக்கு இலக்கணம். அளவில்லாது இருப்பதே தொப்பை.

தொப்பை, நம் கட்டுப்பாட்டில் உடம்பு இல்லை என்பதன் அடையாளம்.

மருத்துவரிடம் நோய் என்று போனால், அவர் உடனே சொல்லும் கட்டளை: இடுப்பு அளவைக் குறையுங்கள் என்பது தான். நம் இடுப்பின் சுற்றளவு நம் ஆரோக்கியத்தை நிர்ணயிக்கிறது.

தினமும் நடப்பதும், தாராளமாக வெறுந் தண்ணீர் அருந்துவதும், வயிற்றை சிறிது காலியாக வைத்துக் கொள்வதும் நாளடைவில், தொப்பையை வற்ற வைக்கும் பாட்டி வைத்தியம்.

இன்று தொப்பையைக் குறைக்க மருந்து இருக்கிறது என்கிறார்கள். இது ஏனோ நம் பானை வயிற்றுக் காவல்துறையினரின் கவனத்துக்குப் போகவில்லை என்பது, அவர்களின், INTELLIGENCE சேகரிப்பதில் உள்ள வழக்கமான தகராறு என்று நினைக்கின்றேன்.

ஒரு நாள் உடலைக் குறைப்பதால், அடி வயிற்றைத் தொட்டுப் பார்த்து, வயிறு குறைந்துவிட்டது என்று எண்ணிவிட வேண்டாம். ஐயோ வயிறு குறையமாட்டேன் என்று அங்கலாய்க்கவும் வேண்டாம். ஏனென்றால், பல காலமாக உள்ளே செலுத்தியதன் வளர்ச்சியல்லவா! குறைய நாளெடுக்கும்.

ஒரு கோழிப்பண்ணை உள்ளே, வான்கோழி, நாட்டுக்கோழி, சிண்ணிக்கோழி, வாத்து என்று பலவிதமான பறவைகள் இருக்கின்றன. பறவைகள் முட்டையிடும். அது முடிந்தவுடன் அடைகாக்கும். ஒரு கோழிக்கு அடை வைத்தால், அதை விரட்டிவிட்டு இன்னொரு கோழி அடை காக்கும். பல்வேறு கோழிகள் முட்டையிடுவதால், எல்லா முட்டைகளையும் அடை வைப்பார்கள். அடைகாக்கும் கோழிக்கு இது தன் இன முட்டையா என்று தெரிவதில்லை. ஏதோ உட்காரும். அதுபாட்டுக்கு அடை காக்கும்.

குஞ்சு பொறிந்து வந்துவிடும். குஞ்சு முட்டையை உடைப்பதற்கும் தாய்க்கோழி உதவும். சில நாட்கள், விதவிதமான இளங்கோழிகளை கூட்டிக் கொண்டு இரை மேயும். கொஞ்சம் வளர்ந்தவுடன்தான் அதற்கு இது தன் இனக் குஞ்சு இல்லையென்று புரிய வரும். அப்போது அந்தக் குஞ்சுகளை கொத்தி விரட்டும். அந்தக் குஞ்சுகள், தாய்க்கோழி விரட்டினாலும், அது கூடவே போகும். தாய்க்கோழி கொத்திக் காயப்படுத்தினாலும், கூடவே ஓடும். சற்று நாளாகி பெரிதானவுடன்தான் தனியே போகும்.

இந்தத் தொப்பையும் அறியாமலே வளர்ந்து விடுகின்றது. அறியாது உணவை அடைத்தலால் ஏற்பட்டது இது. வளர்ந்து பெரிதானவுடன் 'வேண்டாம் இந்தத் தொப்பை' என்று தோன்றுகிறது. கோழி போல, இது விரட்டியவுடன், போய்விடுவதில்லை. தொடர்ந்து தாய்க்கோழி கொத்தி விரட்டுவது போல, பல தொடர்ந்த முயற்சிகளை சில காலமாக எடுத்த பின்னர்தான் தொந்தி மறைகின்றது.

தொந்தி மறையும். குறைவில்லாத முயற்சியும், குறைவான நல்ல உணவை எடுக்கும்போது, நம் இடை மெலிகிறது. நாம் புத்துணர்ச்சியை, புதுச் சக்தியைப் பெறுகின்றோம். முடியாதது எதுவுமில்லை, தொந்தியைக் கரைப்பதையும் சேர்த்துத்தான்.

தொப்பையை விட்டு விடுவதும் ஒரு சாதனைதான். சாக்குப் போக்குச் சொல்லாமல், முயன்றால், இந்தச் சாதனை நிகழ்கிறது.

30. வேற்றுமைகள்

அதிகாலை நான்கு மணியிலிருந்து ஐந்து மணிக்குள் எழும்பி, நிறைய தண்ணீர் குடித்துவிட்டு மனதுக்குப் பிடித்ததை எழுதுவது சமீபகால என் பழக்கம். இப்போது கூட மணி நான்கு. காலையில் மனம் ஒருமைப்பட்டு இருக்கும்போது, உள் அமைதி மணம், உச்சத்தில் வீசும்போது எழுதுவது ஒரு சுகானுபவம்.

ஒரு ஞானி இறையனுபவத்தில் தன்னை மறக்கிறான். ஒரு எழுத்தாளன் தான் படைக்கும் எழுத்துச் சுகத்தில் தன்னை மூழ்கடித்து விடுகின்றான். எழுதுவது மற்றவர்களுக்கும் பயன்பட வேண்டும் என்று இருந்தாலும், அதன் முதல் துளி தேனை அருந்தி மகிழும் வண்டு அவனேதான். சமையலறையில் தான் சமைத்ததை ருசி பார்த்து தானே மகிழும் மனைவி போல.

நடந்து வர வெளிச் செல்லும்போது, கோயிலுக்குச் செல்லுகின்றேன். காலையில் போய், இந்த நாளை தந்ததற்கு நன்றி செலுத்துவதும், எனக்கு இவற்றைக் கொடுத்து என்னை வாழ வை என்று மகனுக்குரிய பாசத்துடன் கடவுளிடம் உரிமையுடன் பேசுவதும் மனதுக்கு நெகிழ்ச்சி யையும் தீர்மானத்தையும் ஒருங்கே தருகின்றன.

கிறிஸ்தவக் கோயில்களில், தினமும் திருப்பலி (MASS) நடைபெறுகின்றது. பக்தி, பாடல், மன்றாட்டு, சடங்கு, போதனை என்று எல்லாம் கலந்த ஆன்மீக முயற்சியிது. தனிப்பட்ட பக்தி முயற்சி களை, இந்து மதம் சடங்கோடு சிறப்பாக வெளிப்படுத்துகிறது. கிறிஸ்தவம் கூட்டு பக்தி முயற்சிகளில் முக்கியத்துவம் காணுகின்றது.

நான் உட்கார்ந்து கடவுளிடம் என் பாணியில் பேசிக் கொண்டிருக் கிறேன். உண்மையில் அவர் பேச அமைதியில், நாம் கேட்க தயாராயிருக்க வேண்டும். மழை பெய்ய காத்திருக்கும் நிலம் போல நாம் இருப்பதே ஆன்மீக அனுபவம். பொறுமையும், பக்குவமும் குறைந்த காரணத்தால், மழலை பேசுங் குழந்தை தாயிடம் ஓயாமல் பேசிக் கொண்டிருப்பது போல, நாமும் முந்திரிக் கொட்டையாய் கடவுளிடம் பேசுகின்றோம். இவ்வாறு நான் பேசிக் கொண்டிருக்கும்போது, கோயில் திருப்பலி ஆரம்பமாகி விட்டது. கோயிலின் பாடகர் குழு இனிமையாக, இசைக் கருவியுடன் பாடலைப் பாடுகின்றார்கள். எனக்குப் பின்னால் ஒருவர்

இருக்கின்றார். அவரும் பாடுகின்றார். பாடுவதிலும் இரு வகைகள் இருக்கின்றன. ஒன்று இயைந்து சேர்ந்து பாடுவது. சேர்ந்து பாடும்போது, தன் பாணியில் தனித்துப் பாடி, தானே ஆலாபனை செய்வது.

இந்த நபர், கர்ண கடூர தவளைக் குரலில், பாடகர்க்கும் இவர்க்கும் ஏழாம் பொருத்தம் போல பாட்டைக் கடித்துத் துப்பினார். அவருக்குத் தெரிந்த அவருக்குப் பிடித்த முறையில், இசையால் கடவுளிடம் அவர் பேசுகின்றார். அந்த ஆன்மீக உரிமை அவருக்கு உண்டுதான். ஆனால் முன்னிருக்கும் எனக்கு ஏனோ சகிக்கவில்லை. "பாடிக் கெடுத்தான்' என்பது இதுதானோ என்று மனம் வெகுண்டது. முகந்தெரியாத அந்த நபரின் மீது வெறுப்பு ஏற்பட்டது. காலையில், கோயிலின் இறையனுபவத் திற்கு சுருதிபேதம் செய்கின்றாரே என்ற அங்கலாய்ப்புத்தான்.

விரைவில் நான் வெளியே வந்துவிட்டேன். ஆனால் மனம் என்னவோ, கட்டைக் குரலில் பாடிய மனிதரை ரீங்காரம் செய்து கொண்டிருந்தது. கூடவே ஒரு வெறுப்பு தீண்டியது போலிருந்தது. என் எதிர்மறை உணர்விற்கு என்ன காரணம் என்று யோசித்துப் பார்த்தேன். கடவுளிடம், தனக்குப் பிடித்த வழியில் தன்னை வெளிப்படுத்துவது ஒவ்வொருவரின் ஆன்மீக உரிமை. அந்த மனிதர் அதைச் செய்கிறார். இதில் நான் விசனப்பட என்ன இருக்கிறது என்று தர்க்கரீதியாக அணுகினாலும், வெறுப்புக்களின் சாயல் மட்டும் குறையவில்லை. காரணம் என்ன?

இப்படிப் பாட வேண்டும் என்ற முறையிலிருந்து தனித்து அவர் பாடினார். அவர் பாடிய பாணியில் வேற்றுமையிருந்தது. இந்த வேற்றுமை எனக்குப் பிடிக்கவில்லை. எனவே, அதன் வெளிப்பாடாக, அவர் மீது வெறுப்பு உருவாகிவிட்டது. வேற்றுமை, வெறுப்பை உண்டாக்குகிறது.

இயற்கையோ, உலகில் வேற்றுமை நிரம்பியதாய் இருக்கிறது.

ஒரு இயந்திரம் ஒரே மாதிரியாக, ஒரே அச்சில் ஒரே பொருளைப் படைத்துத் தள்ளுகிறது.

இயற்கை இயந்திரம் இல்லை. இயற்கையின் படைப்பில், ஒரு கவிஞனின் படைப்பில், கவிதை உயிர் ஒவ்வொன்றிலும் ததும்புவதைப் போல, தான் வடிக்கும் ஒவ்வொரு சிலையிலும், தன் உணர்வை மாறி மாறி வெளிப்படுத்தும் சிற்பி போல, இயற்கை, ஒவ்வொன்றிலும் தனித்து முத்திரையைப் பதித்து படைக்கிறது.

மலர்த் தோட்டத்துக்குப் போனால் ஒரு மலர் போல, இன்னொரு மலர் இல்லை. மாட்டு மந்தைக்குள் சென்றால், ஒவ்வொரு மாடும்

வித்தியாசமாகவே இருக்கிறது. ஒரு தாய் வயிற்று ஒன்பது பிள்ளைகளும் தனித்தனி அச்சாக இருக்கின்றது. அவர்களின் கைரேகை தனியாக இருக்கின்றது. விழிப்பாவையின் அளவும் நிறமும் தனித்தன்மை கொண்டதாக இருக்கின்றது.

உலகம் நமக்கு அலுக்காமல் இருப்பதற்குக் காரணம் அதன் வேற்றுமைதான்.

எத்தனை வண்ணங்களை இங்கு வைத்தாய் என்று கொண்டாடப் படுவது இயற்கை.

வேற்றுமையே அழகை நிலைப்படுத்துகின்றது.

வேற்றுமையில்லாமல், இயற்கை உலகை வனைத்திருந்தால், மனிதர்கள், வாளினால் அல்ல, அலுப்பினால் தற்கொலை செய்து கொண்டு மனித குலத்தையே இழந்திருப்பார்கள்.

மனிதர்களில் எத்தனை ரகம், மணம், குணம் என்பதே உலகிற்கு அழகு தருகின்றது. கவர்ச்சி தருகின்றது. இரசனை உணர்வைத் தூண்டு கின்றது. இன்னும் எனும் நம்பிக்கையை அளிக்கின்றது. புதுமை வாயிலைத் திறந்து வைக்கின்றது.

நான் எதிர்பார்ப்பது போல, இந்த மனிதரின் பாட்டு அமையா விட்டால், இந்த வேற்றுமையே அவர் மீது வெறுப்பை உண்டாக்குகிறது.

நான் சொல்லுங் கடவுளை விடுத்து, இவர் இன்னொரு கடவுள் வடிவத்தை வணங்குகின்றார் என்பதே எனக்கு அவர் மேல் காழ்ப்புணர்ச்சியை ஏற்படுத்துகின்றது.

தன்னைப் போல எல்லோரும் இருக்க வேண்டும் என்ற மனிதனின் இயந்திர உணர்வின் பொய்மையான படைப்புணர்வின் குறைப் பிரசவம் இது.

வேற்றுமையே உலகின் இயற்கை.

இன்று குடியரசு நாள். செங்கோட்டையில் இராணுவ அணிவகுப்பு நடைபெறும். நம் ராணுவ வீரர்கள், ஒன்றுபோல அசைந்து காலை, கையை நீட்டி மடித்து நடைபோடுவார்கள். இந்த ஒற்றுமை அழகை செயல்படுத்துவதற்கு அவர்கள் எவ்வளவு முயற்சிகள் எடுத்திருக்க வேண்டும்! எவ்வளவு ஒத்திகைகள் நடத்தி தவறுகளைச் சரி செய்திருக்க வேண்டும்!

ஒற்றுமை முயற்சியில் வருகிறது.

வேற்றுமை இயல்பிலே உள்ளது.

இயல்பாக இருப்பதை ஏற்றுக்கொள்கின்றபோது மனத்தின், எல்லாவற்றையும் தன் அச்சில் வார்த்து வெளிப்படுத்தும் வேட்கை மட்டுப்படுகிறது.

வித்தியாசமாயிருக்கிறான் என்ற ஒரே காரணத்திற்காக, வெறுக்கும் மனோபாவம் சிறிது மங்குகின்றது.

சாதி என்ற உணர்வு மனிதர்களை தான் உருவாக்கிய அட்டைப் பெட்டியில் அடைத்து ஒன்றாய் பார்க்க முயலும் மனத்தின் வீண் பிரமை.

அருகில், நம்மோடு இயைந்து நன்மை புரியும் நண்பனை, வேற்றுச் சாதிக்காரன் என்று சொல்கிறோம்.

எங்கோ முகந்தெரியாத அந்நியனை இவன் என் சாதிக்காரன் என்று சிலாகித்து, அவனைத் தன் இதய மடியில் வைத்து கொஞ்சி, பூச்சூடி மகிழ்கின்றோம்.

வேற்றுமையில் தன்னைப் போல, ஒரு ஒற்றுமையைத் தேடி அலையும் வண்டு மனத்தின் வெளிப்பாடு என்று சாதி உணர்வைச் சொல்லலாம்.

சாதி என்பது அயோக்கியத்தனம் என்பது இருக்கட்டும்.

அது வெளியில் இல்லை. உலகில் இல்லை. சமூகத்தில் இல்லை. என் உள்ளத்தில் இருக்கிறது. வேற்றுமைக்குள், தன்னையொத்ததைப் பார்க்கும் வளராத மனத்தின் வளர்ச்சியது.

சாதிக்கு அடிப்படை சில வெளி அடையாளங்கள். பழக்க முறைகள். அவ்வளவுதான். கர்ணகடூரமாக ஒத்துப்பாடாத மனிதரை அறியாமலே நான் வெறுத்ததைப் போல, இந்த அடையாளங்களின் வேற்றுமையால் நான் வெறுக்க ஆரம்பிக்கிறேன்.

உண்மையில் ஒவ்வொரு மனிதனும் ஒரு சாதி.

அல்லது மனித குலம் முழுமையும் ஒரு சாதி.

இந்த இரண்டுக்கும் இடையில் சாதி என்பது உண்மையில் இல்லை.

வேற்றுமையே உயிரின் அடிப்படை. புரிந்தால், ஒற்றுமையுணர்வு இதை மீறி எழத்தான் செய்கிறது. அதுதான் வாழும் முறை. அதுவே மானுடம்.

31. ஆன்மீகம்

இறையனுபவம் பெறுவதற்காக அல்லது உயர் மனிதனாக தன்னை உருவாக்கிக் கொள்ள மானுடம் மேற்கொள்ளும் முயற்சிகளின் தொகுப்பே ஆன்மீகம்.

உடல்தான் மனிதன், அதைச் சுற்றியே வாழ்க்கை என்று பாலபாடத்தை ஆரம்பிக்கும் மனிதன், வளர்ந்து வீழ்ந்து மடிவதற்குத்தான் இந்த வாழ்க்கையா என்ற கேள்வியை எழுப்புகின்றான். வாழ்வு என்பது அர்த்தமில்லாத நாடகம் என்பது போல தோன்றும்போது, தானே சிறுமைப்பட்டதாய் உணருகின்றான்.

அன்றாடத்தை மீறிய உன்னதம் ஒன்று இருக்க வேண்டும் என்ற அவனின் தேடல் ஆரம்பிக்கிறது. ஆன்மிகச் சுரங்கத்திற்குள் இறங்குகிறான். இந்தச் சுரங்கக் குழாயின் மறு பக்கத்தில் கண்டிப்பாய் ஒளி உண்டு, புத்துலகின் வாயிற் கதவுகளைத் தன்னால் திறக்க முடியும் என்ற நம்பிக்கை ஆன்மீகமாக மென்மையாக, நிதானமாக, அழுத்தமாக, விடாப்பிடியாக மலருகின்றது.

விடுதலையின் வேட்கையே ஆன்மீகம். உடல் சார்ந்த வாழ்க்கை யிலிருந்து விடுபட்டு, தன் உடலுக்குள்ளிருக்கும் உள்ளம் கனல்கின்ற வாழ்க்கைச் சூட்டில் தன்னை வெப்பப்படுத்திக் கொண்டு வாழ ஆன்மீகப் பயணத்தில் மேற்கொள்கின்றான்.

கோயில் மணி, கோயிலுக்கு அழைக்கிறது. உள்ளத்தின் மணியோசை, உயர் வாழ்விற்கு தூண்டுகிறது.

உடல் இல்லாமல் உள்ளம் இயங்காது. அது உடலினுள் தனித்து இயங்குகிறது. எல்லாம் உடல்தான், எல்லாம் பருப்பொருளின் ஆதிக்கம்தான், என்ற கருத்து, பாறை ஓரத்தில் விழுந்த விதை முளைத்து வேர் விட்டு வளரும்போதே பாறையையே பிளப்பது போல, கருத்துப்பாறையைப் பிளக்கிறது. ஒளித் துகளாய் ஆன்மா பிரக்ஞையின் மூலம் பரிணாமம் பெறுகின்றபோது, உடல் இரண்டாம் நிலையை, பசுவை நாடும் கன்று நிலையை எட்டுகின்றது.

இந்த ஆன்ம வெளிச்சத்தில், வாழ்விற்கு புதுப்பொருள் தெரிகின்றது. விண்வெளியிலிருந்து பார்க்கும்போது பூமியின் முழுப் பிரம்மாண்டமும்

ஒருசேரத் தெரிவதுபோல, உண்மையின் பிரம்மாண்டம் வெளிப்படு கின்றது. தான் ஒரு துகள்தான் என்றாலும், மகத்தான பிரபஞ்ச ஒளியின் ஒளித்துகள் என்ற பிரதிபலிப்பு தன்னை உயர்த்துகின்றது. வாழ்விற்கு அமரத்துவம், நிரந்தரம், சீர்மை, பெருமை ஏற்பட்டு விடுகின்றது. சுதந்திரத்தின் கீதத்தை தன்னால் இசைக்க முடிகின்றது. வாழ்வை இயக்கும் தேவைகளை மீறி எதிர்நீச்சல் போட்டு முன்னேற முடிகின்றது.

தன்னை உணர்வது ஆன்மீகம்.

அணுவைப் பிளந்து, அதனுள் சுழலும் எத்தனையோ ஆற்றல்மிகு மின் துகள் பொருட்களை கண்டுணருகின்றான் மனிதன். ஆனாலும், தன்னுள்ளிருக்கும், தன்னைக் கண்டுணர அவன் தயங்குகின்றான். கண்ணாடியே பார்த்திராத ஒரு காட்டு மனிதனை, கண்ணாடியின் முன்னால் நிறுத்தி அவனைக் காண்பித்தால் முதலில் எவ்வாறு மிரள்வானோ அவ்வாறு அவன் மிரள்கின்றான். உள்நோக்கியப் பயணம் என்பது அவ்வளவு எளிதல்ல. பயமுறுத்தும் முட்காடாய்த் தோன்று கிறது. ஆனால் உட்செல்ல, காயம் ஏதும் படவில்லை. ஆனால் தான் உருமாறுகிறோம் என்ற உண்மையின் சொரூபம் அவனுக்குப் புலப்படு கின்றது.

சுரங்கத்திற்குள் இறங்கியவனுக்கு எதைத் தேட வேண்டும் என்ற தெளிவு இருக்கின்றது. தங்கத்தை தேட வேண்டுமானால், நிறைய கழிவுகளை வெளியேற்றி கொஞ்சமாய்த்தான் தேடிய பரிசாய்க் கிடைக் கிறது. ஆனால் அதுவே நிறைவாக இருக்கின்றது. அவன் முயற்சிக்கு கூலி கிடைக்கின்றது. ஆன்மீகம் என்பது பொருள் அல்ல. அது நிறை அனுபவம், தன்னை தன் அண்மையை உயர்விக்கிறது. எப்படியென்ற விளக்கவியலா இன்ப ஒளியில் திகழும் வாய்ப்பைத் தருகின்றது.

“ஒளியென்பது கிடையாது” என்றான். “தருக்க ரீதியாக ஒளியைப் பிடித்து என் கையில் தாருங்கள்” என்றான். “எங்கே தடவிப் பார்த்து ஒளியைக் காட்டுங்கள்” என்றான். தன் அறிவார்ந்த தன்மையினால் ஒளியை நிரூபிக்க முடியவில்லையென்றான். இப்படிப்பட்ட ஒரு மனிதனை புத்ததேவன் முன்னால் கொணர்ந்தார்கள். அவரிடமும் அவன் விவாதித்தான். விவாதத்தில் அவன் உடல்சூடாகியது. கருணையோடு அவனைப் பார்த்த புத்தர், தன் வைத்தியரிடம், “இவன் குருடன், இவன் கண்களைத் திறவுங்கள்” என்றார். அவரும் மருத்துவம் செய்து, பார்வையைக் கொடுத்தார். அவன் ஒளியைக் கண்டான். புத்த தேவர் காலில் வந்து விழுந்தான். “ஐயா, அறியாமையே அறிவெனக் கொண்டேன். உண்மையைத் தடவிப் பார்த்து, மீனைப் பிடிப்பது போன்று முயற்சியில் நான் இறங்கினேன். ஒளி என்பது தடவிப் பிடிக்க

முடியாது. ஒளியை உணர முடியும். பார்க்க முடியும். அந்தப் பார்வையை எனக்கு மீட்டுத் தந்தீர்" என்றான்.

நாம் அறிவெனக் கொண்டதை மீறிய அறிவே ஆன்மீகம். அது ஒளியின் வழி. அதை உணர முடியும், நம் பார்வை மட்டும் திறந்திருந்தால். கண்மூடிக் கொண்டு, இதனையே ஒளியெனக் கொண்டு, பொருட்களை தொடு உணர்ச்சியால் தடவி வாழும் வாழ்க்கையை விட்டுவிட்டு, ஒளியில் அவற்றைக் காணுகின்றோம். முப்பரிமாணங்களின் காணுகின்றோம். அவற்றைத் தாண்டிய நான்காவது பரிமாணமும் இருக்கின்றது. முழுமையாக, நிறைவாக. உண்மையை உண்மையாக பார்க்கும் தெளிவே ஆன்மீகம்.

மானுட வாழ்வை வசப்படுத்தி நிற்கும் உணர்வுகளின் பிடியில் நிற்பதில்லை. தீங்கை உட்கொண்டு தீங்கை வெளிப்படுத்தும் "Garbage in, Garbage Out" எனும் "GIGO" நிலையில்லை. எல்லாம் நல்லதாகவே இருக்கிறது. எல்லாம் உண்மையாகவே இருக்கிறது. எல்லாம் இன்ப அனுபவமாக இருக்கின்றது. எல்லாம் உயர்வாகவே இருக்கின்றது.

மதங்கடந்த மதத்தின் நிலையே ஆன்மீகம். மதமே ஆன்மீகத்தைத் தரும் என்பது முழு உண்மையல்ல. மதம், ஆன்மீகத்தின் பாலபாடத்தைக் கற்றுத் தருகின்றது. சில அடிப்படை வாய்ப்புக்களைத் தருகிறது. அதற்குப் பின், அது, காட்டுக்குள் அபூர்வ மூலிகையைக் கொண்டு வரப் புறப்படும் மனிதன் தனியே செல்வது போன்று தானே தன் வழியைக் கண்டு கொள்வதுதான் முறை. அது அவ்வாறுதான் நிகழ முடியும். இதைத் தவிர கூட்டு முயற்சிகள் இருப்பதில்லை. ஒளியில், தனியே, தன் தன்மையின் பால் முன்னேறும் உள்முயற்சி, ஆன்மீக விளிம்பிற்குள் அவனைக் கொண்டு சேர்க்கிறது.

சொர்க்கம் இருக்கிறதா, இல்லையா என்ற விவாதம் தொடர்கிறது. ஆனாலும் இருக்கும் என்போரும், இல்லை என்போரும் ஒரு நிலையில் ஒன்றுபடுகின்றார்கள். இருந்தால் நன்றாயிருக்கும், அது மானுடர்க்குத் தேவை என்பதில் மாற்றுக் கருத்தில்லை. செத்த பிறகு சொர்க்கம் என்பது நமக்குத் தெரியாது. எவரும் திட்டவட்டமாக தெரிந்து சென்று வந்து சொன்னதில்லை. சில கருத்துக்களின் வளர்ச்சியில் சொர்க்கத்தை ஒரு கற்பனையாக கொண்டிருக்கின்றோம். இந்தச் சொர்க்க பூங்காவனத்தில், மகிழ்வு நிறைவு நிரந்தரமாய், அலுக்காது, சுவையாய் நிகழ்ந்து கொண்டிருக்கும் என்று எண்ணுகின்றோம்.

மறு வாழ்வில் சொர்க்கத்தைக் காணும் வாய்ப்பை மதங்கள் சொல்வது போல பெரும் பேற்றை நாம் பெறலாம்.

அந்த சொர்க்க அனுபவத்தை இங்கே இப்போதே ஆன்மீகம் தருகின்றது.

காத்திருக்கத் தேவையில்லை. இறக்கத் தேவையில்லை.

நல்ல வாழ்வு வாழ்வதே ஆன்மீகத்தின் தொடக்க நிலை. தீங்கிலா அன்புப் பெருவாழ்வோடு தொடங்கும்போது, ஆன்மீக ஒளிக்கீற்றில் நாம் இருளை நீக்குகின்றோம். உள் மனம் நன்றெனச் சொல்வதை விடாமல் பிடித்துக் கொள்கின்றோம். எது துணையென்று அது சொல்லுகிறதோ அதை நட்பாய்க் கொள்ளுகின்றோம். தொய்வில்லாத நன்மையின், அன்பின், அறிவின் பயணமே ஆன்மீகம். உள் முயற்சியின் தொடர் பயணமே ஆன்மீகம்.

ஒருவர், இதற்கு கருவியே திருவுடையவராக இருக்க வேண்டியதில்லை. தனிமையில், தன் இலக்கில் ஒருமைக் கொண்டவராக செயல்படுகின்றபோது, ஆன்மீகக் கொடி உயிர்த் துடிப்புடன் உயருகின்றது. முயற்சி அனுபவமாய் மாறுகின்றது. இருள் ஒளியாவதே ஆன்மீகம்.

ஒவ்வொருவர் உள்ளும், முடியும் என்ற நம்பிக்கையுடன் பிறக்கிறோம். வரும் வழியில் கண்டதை, கிளிஞ்சல்களை, குப்பைகளை சேகரிக்காமல், உள்ளிருப்பை பலப்படுத்த ஆன்மீகம் மலர்கின்றது.

32. உண்மை

சென்னையிலிருக்கும் காந்தி மண்டபத்திற்கு சென்றிருந்தேன்.

இயற்கைச்சூழல் வளமாய் நிறைந்திருந்த காந்தி மண்டபம், கவனிப்பாரற்றும் காட்சியளித்தது. உடைந்த முன் வாயில் குப்பைகள் சிதறிக் கிடக்கும் வழி. சரியான பராமரிப்பில்லாத செடிகள். காதல் இளைஞர்கள் அங்கங்கே உட்கார்ந்து கொண்டிருந்தார்கள். சுற்றுலா வந்திருந்த குடும்பம் போட்டோ எடுத்துக் கொண்டிருந்தது. நம் தேசப்பிதாவை எப்படி போற்றுகிறோம் என்பதன் நிதர்சனம் கண்ணுக்கு முன்பே முள்ளாய்க் குத்தியது.

"மகாத்மாவைப் போற்றுவோம்" என்ற நிகழ்ச்சி நடைபெறுகிறது என்று பத்திரிகையில் செய்தியைப் படித்து அங்கு சென்றேன். ஏதோ ஒரு பள்ளியிலிருந்து 50 மாணவிகள் வந்திருந்தனர். மேடையில், காந்திய அன்பர் திருப்பாவை பாட மாணவிகள் அதைத் திரும்பச் சொன்னார்கள். ஒரு பக்கத்தில், தேநீர் குழந்தைகளுக்கும், மேடையில் அமர்ந்திருக்கும் காந்திய அன்பருக்கும் வழங்கினார்கள். இன்னொரு இளைஞர், இராட்டையை நூல் நூற்றுக் கொண்டிருந்தார்.

மேடையில் அமர்ந்திருந்த அன்பரால் தொடர்ந்து சம்மணமிட்டு உட்கார முடியவில்லை. காலை அங்கு இங்கும் நகர்த்திக் கொண்டிருந் தார். இடையில் கொண்டு வந்து கொடுத்த தேநீரை அருந்தினார். தன் முன்னாலிருக்கும் செல்போனைப் பார்த்து யார் பேசுவது என்று தெரிந்து கொண்டார். இத்தனைக்கு நடுவிலும், திருப்பாவையைப் பார்த்து ஒப்புவித்துக் கொண்டிருந்தார். ஒருவித இரைச்சலுடன் மாணவிகளும் அக்கறையில்லாமல் திரும்பச் சொல்லிக் கொண்டிருந்தார்கள். உட்கார்ந்திருந்த இரும்பு நாற்காலி போல, மனித மனமும் இறுகிப் போயிருந்தது. அஞ்சலி கூட சடங்காக மாறிப் போயிருந்தது தேசத் தந்தைக்கு சங்கடமாய்த்தான் இருந்திருக்கும்.

காந்திய அன்பர், மாணவிகளுக்காகப் பேசினார். "நாம் உடம்பைத் தூய்மையாக வைத்திருக்க தினமும் குளிக்கிறோம். புத்தாடை அணிகிறோம். நம் ஆன்மாவை அவ்வாறு தூய்மையாக வைத்திருக் கின்றோமோ? ஆன்மா தூய்மையாக இருந்தால்தான், வாழ்வு சரியாக இருக்கும். உண்மையைப் பேசும்போது, ஆன்மா ஒளிபெறுகின்றது.

மற்றவர்கள் எல்லோரும் நம்மிடம் உண்மை பேச வேண்டும் என்று விரும்புகிறோம். நாம் உண்மை பேச வேண்டும் என்று மட்டும் உறுதியாயில்லை. உண்மை எப்போதும் பேச வேண்டும். அதுதான் காந்தியடிகள் கண்ட மனிதன்'' என்று கருத்தைச் சொல்லிவிட்டு, உறுதிமொழி எடுத்தார்கள். ''உண்மை பேசுவேன், ஏழை எளிய மக்களோடு என்னை ஐக்கியப்படுத்திக் கொள்வேன்'' என்று.

ஆரவாரமான, பகட்டான உலகத்திலிருந்து இங்கே மற்றொரு உலகம் இருக்கிறது. இங்கே பொய்மையில்லை. மானுடனை நேசிக்கும் மனோபாவம் இருக்கிறது. ''மகிழ்ச்சி எளிமையில் வருகிறது'' என்ற காந்தியடிகளின் வாழ்வுமுறை சில மனிதர்களை இயக்கத்தான் செய்கிறது.

எல்லோரும் பெரும்பாலும் உண்மை பேசுகின்றார்கள். இதில் கொஞ்சம் அதிகமாக பொய் பேசுகிறவர்கள் நம் அரசியல்வாதிகள் தான். இவர்களை விட்டு விடுவோம். பிழைப்புக்காக, கூவி பொய் விற்கும் தரகர்கள் அவர்கள். மற்றவர்கள் சில சமயங்கள் தவிர, மற்றபடி உண்மை பேசவே விரும்புகின்றார்கள்.

என்றாலும், பிழைக்க வேண்டும் என்றால், சிறிதாவது, பொய் பேசித்தான் ஆக வேண்டியிருக்கிறது என்ற எண்ணம் மக்களிடம் வேரூன்றிவிட்டது. பொய்யர்கள், ஒய்யாரமாக வாழ்வது, இந்தக் கருத்துக்கு வலு சேர்க்கத்தான் செய்கிறது.

பல வேளைகளில் நாம் இப்போது இருக்கும் நிலையே நிரந்தரம். அதுவே உண்மையென்று நம்பி செயல்படுகின்றோம்.

வாழ்வுச் சக்கரம் சுழல்கிறது. இந்தச் சக்கரச் சுழற்சியில் ஒவ்வொரு இரகசியமும் வெளியிடப்படுகிறது. ஒவ்வொரு குற்றத்திற்கும் தண்டனைத் தரப்படுகின்றது. ஒவ்வொரு தீமைக்கும் விலை வைக்கப் படுகின்றது. ஒவ்வொரு பொய்யும் பாவமும் சமன் செய்யப்படுகின்றது.

பொய்கள் வாழ்வதில்லை. உண்மைகள் வாழாமல் போனதுமில்லை என்பது நிரூபணம் ஆகிக் கொண்டிருக்கிறது. காலம் தன் கடமையைச் செய்துதானிருக்கின்றது.

அநியாயமாக, பொய்யால் பணம் சேர்த்தவர்கள் கதறுவதைக் கண்ணால் நாம் பார்த்துக் கொண்டிருக்கிறோம். அறம் கூற்றாவது உண்மை. உயர்ந்த சுவரிலிருந்து அறம் அவர்களைத் தள்ளி விடுகின்ற போது, வீழ்ச்சி ஆழமாக, பயங்கரமாக அல்லவா இருக்கின்றது!

கந்தலாடையல்ல காந்தியம். மாயமானின் கவர்ச்சியதற்கு இல்லாமல் இருக்கலாம். ஆனால் சீதையின் கற்பு போல, அதற்கு நிரந்தரத் தன்மை உண்டு. இராமனைப் போல, நேர்மைத் திறம் உண்டு. காந்தியைச்

சுட்டுவிடலாம். காந்தியத்தைச் சுட்டுவிட முடியாது. அது அணையாத ஜோதி. யுகாந்திரமாக, அதன் ஒளி தலைமுறைக்கு, கலங்கரை விளக்கமாய், கண் தெரியாத மனிதர்க்கு வழிகாட்டும்.

காந்தியத்தை பராமரிப்பதைப் போலவே, காந்தியடிகளின் நினைவையும், அவரின் நினைவிடங்களையும் நாம் பராமரிக்கிறோம் என்பது நம்மீதுள்ள பெருங்குறைதான்.

வரலாற்றுணர்வு இந்தியர்களுக்குச் சற்றுக் குறைவு என்பது வேதனையான உண்மை. பெருமைமிகு வரலாற்றுப் பாரம்பரியங்களை நாம் வீட்டு வாசற்படிகளாக, நடைக்கற்களாக மாற்றிவிடத் தயங்கு வதில்லை. கவிதாவுக்கும் வினோத்துக்கும் காதல் என்று கரித்துண்டால் எழுதி, காதலையும் வரலாற்றையும் கறைபடுத்த நாம் வருத்தப்படுவ தில்லை.

அவ்வாறே, காந்தியடிகளின் சிலைகளும், மண்டபங்களும், நினைவிடங்களும், ஒரு தேசத்தந்தையின் நினைவு எவ்வாறு பாதுகாக்கப்பட வேண்டுமோ அவ்வாறு பாதுகாக்கப்படவில்லை என்று சொல்லுகின்றது.

காந்தியடிகள் சுடப்பட்டு இறந்தவுடன் அவர் உடலைப் பதப்படுத்தி, நிரந்தரமாக நினைவுப் பொருளாக மாற்றிவிட வேண்டும் என்று பலர் வலியுறுத்தினார்கள். காந்தியடிகள் முன்பே இதுபோன்ற எண்ணங் களுக்கு முற்றுப்புள்ளி வைத்துவிட்டார். அவருடைய செயலாளர் இதுகூடாது என்று உறுதியாக இருந்தார். காந்தியடிகளை எரித்தோம். அவரின் அஸ்தியை இந்தியாவெங்கும் தூவினோம். இன்று காந்திய தீக்கங்கு எங்கும் மங்கிவிட்டது. பரவி வீசிய, சாம்பல்தான் நிற்கின்றது. தலைமுறைக்குள் அவரை மறக்கடிக்கச் செய்துவிட்டோம்.

நன்றாக காந்தியத்தைப் பற்றி பேசுவார்கள் என்று பெரும் பேச்சை எதிர்பார்த்து வந்த எனக்கு அன்று ஏமாற்றமாக இருந்தது. செயல் படுத்துவதை விட, அதைப் பற்றி பேசிப் பேசி பொய்த் திருப்தியடைந்து விடுகின்ற மனோபாவம்தான் முன் நிற்கிறது.

வீட்டிற்கு புறப்பட வெளியே வந்தேன். தாடி வைத்துக் கொண்டு, பருத்த மனிதர் அருகில் வந்தார். கூட்டத்திற்கு வந்த வெளிமனிதர்கள் நானும் அவருமாகத்தானிருந்தோம். "நன்றாக பேசுவார், புதுக்கருத்தைச் சொல்வார் என்று நினைத்தேன். குழந்தைகளை கூட்டி வைத்து விட்டு பாட்டுப் பாடி கலைந்து விட்டார்கள்" என்றார்.

பின் என்னைப் பார்த்து, "என்ன சட்டைப் பொத்தான் கிழிந்திருக் கிறதா" என்று கேட்டார். போடும்போதே, கடைசிப் பட்டன் துளை

கிழிந்திருப்பதைப் பார்த்துத்தான் போட்டு வந்தேன். அவர் கேட்டவுடன், அவசரமாக ""ஏதோ வரும் வழியில் கிழிந்துவிட்டது, அதனால்தான்'' என்று பதில் சொன்னேன்.

காந்தியடிகள் என்னை கோபக்கண்ணால் பார்ப்பதாக உணர்ந்தேன். "சட்டை கிழிந்திருக்கிறது என்றால், அது, உன்னுடைய அல்லது உன் மனைவியினுடைய சோம்பேறித்தனத்தின் அடையாளம்" என்ற அவரின் வாசகம் என்னைச் சுட்டது.

என் சட்டைக் கிழிசல் பொய்யின் அடையாளமாக அல்லவா போய்விட்டது. என் பெருமையைக் காப்பாற்ற பொய் சொன்னது எனக்கு அவமானமாக இருந்தது.

காந்தியடிகள் என்னைப் பார்த்து, வெற்றுடம்புடன் சிரிப்பது போலிருந்தது.

என்னையும், அவர் நினைவிடம் போல இழிவாக வைத்து இருப்பது போல எனக்குப் பட்டது.

குறை சொல்லும் முன், உன் முற்றத்தையுங் கொஞ்சம் பார்த்து விட்டு குறை சொல் என்பது போல அவர் சொன்னது எனக்குத் தோன்றியது.

பொய்யை விட்டு விடுகிறேன் என்ற மானசீக உறுதியுடன் காந்தி மண்டபத்தை விட்டு வெளிவந்தேன்.

காந்தியத் தீ வற்றி விடவில்லை. அது வழிகாட்டவே செய்கின்றது.

• • •